व्यंकटेश माडगूळकर

I0668890

प्रवास:
एका लेखकाचा

मेहता पब्लिशिंग हाऊस

PRAVAS EKA LEKHAKACHA
by VYANKATESH MADGULKAR

प्रवास : एका लेखकाचा / आत्मचरित्र
व्यंकटेश माडगूळकर

© ज्ञानदा नाईक

मराठी प्रकाशनाचे हक्क मेहता पब्लिशिंग हाऊस, पुणे.

प्रकाशक
सुनील अनिल मेहता, मेहता पब्लिशिंग हाऊस,
१९४१, सदाशिव पेठ, माडीवाले कॉलनी, पुणे - ३०.

अक्षरजुळणी
इफेक्ट्स, २१/६ब, आयडिअल कॉलनी,
कोथरूड, पुणे - ३८.

मुखपृष्ठ व मांडणी
चंद्रमोहन कुलकर्णी
मुखपृष्ठावरील लेखकाचे छायाचित्र
शेखर गोडबोले

प्रकाशनकाल
पहिली आवृत्ती : मार्च, १९९४
दुसरी आवृत्ती : जून, १९९८
तिसरी आवृत्ती : जून, २००७
मेहता पब्लिशिंग हाऊस यांची
चौथी आवृत्ती : मे, २०१२ / पुनर्मुद्रण : नोव्हेंबर, २०१३

ISBN 978-81-8498-352-4

अनुक्रम

१

लेखक घर बांधतो

गृहस्थाश्रमी होऊन एक-दीड तप लोटलं, तरी मला घर नव्हतं. 'आकाशातील पाखरांना घरटी असतात, कोल्ह्यांना त्यांची बिळं असतात; पण मानवाच्या पुत्राला मात्र आपलं डोकं टेकायला कुठंच जागा नसते.' ह्या बायबलमधील वचनानुसार मी राहिलो.

दादरला संपादक मित्राच्या होस्टेलमधील खोलीत मी आणि गिरगावातल्या चाळीत राहणाऱ्या आपल्या मैत्रिणीकडे बायको, असे काही महिने गेले. चित्रपटक्षेत्रात असलेला एक मित्र काही महिने पुण्याला गेला, तेव्हा त्यानं उभारलेल्या आयत्या घरातही 'वारुळात घोरपड राहते', तसे आम्ही राहिलो. मित्र परत आल्यावर तिथून निघून दादरला चाळीतल्या एका खोलीत सगळा संसार मांडलेल्या नातेवाइकाकडे राहू लागलो.

अन्न आणि वस्त्र मिळवण्याच्या कामी मी एवढा जुंपलो होतो की, स्वत:च्या डोक्यावर स्वत:च्या मालकीचं छप्पर असावं, असा विचार कधी चुकूनही मनात आला नाही. थोडी मिळकत होऊ लागली, तेव्हा आपल्याला एक-दोन खोल्या भाड्यानं घेता आल्या, तर किती बरं होईल, असं वाटू लागलं.

पुण्यासारख्या शहरात तेव्हा भाड्याचं घर दुर्लभ नव्हतं, आणि भाडं परवडण्यापलीकडचं नव्हतं. भाडेकरू आणि मालक हे नातं कोर्ट-कचेऱ्यांकडे धावण्याइतकं ताणलं जात नव्हतं. 'भाड्याचं घर आणि खाली कर', ही म्हण भाषेतून गेलेली नव्हती.

मुंबई सोडून मी पन्नास साली पुण्यात आलो आणि भाड्याच्या दोन खोल्या मिळवल्या.

नोकरी मिळण्याची शक्यता नव्हती. कुठलीही शैक्षणिक पदवी माझ्यापाशी नव्हती. वयाच्या सोळाव्या वर्षीच शिक्षणाकडं पाठ फिरवून मी ऑगस्ट, बेचाळीसच्या लढ्यात सामील झालो होतो. करता येतील, असे दोन उद्योग मला दिसत होते : कागदावर रेघोट्या ओढणं किंवा चार अक्षरं लिहिणं. रेघोट्या ओढण्याची नोकरी काही काळ मी करून पाहिली. दिवसाला एक रुपया – एवढीच कमाई झाली. लेखनावर थोडी अधिक कमाई करता येई. एक कथा लिहिली की, सात रुपये मिळत. पण रोज एक कथा सुचत नसे आणि लिहूनही होत नसे. अशी मिळकत असलेल्या माणसाला आपण घर बांधावं, हे कसं सुचेल?

लेखनावर महिन्याच्या महिन्याला पगारासारखी मिळकत झाली नाही; पण इतर फायदे बरेच झाले. चार लोक ओळखू लागले. मित्र, चाहते, हितचिंतक मिळाले. लोक कौतुकानं, आदरानं, प्रेमानं 'या-बसा' म्हणू लागले.

'गावाकडं' आणि 'देवा सटवा महार' ह्या माझ्या लघुकथा 'पुढचं पाऊल' चित्रपटासाठी पुण्याच्या डेक्कन स्टुडिओनं घेतल्या आणि एक हजार रुपयांचा चेक मुंबईला पाठवून दिला. माझे वडीलबंधू ग. दि. माडगूळकर, पु. ल. देशपांडे, राजा परांजपे ह्यांनी हा चमत्कार घडवून आणला होता. आजवर एवढा पैसा मला कधी मिळालेला नव्हता. बँक ह्या संस्थेकडं मी कधी फिरकलो नव्हतो. मिळालेले पैसे ठेवायला स्वत:चा खिसा कधी उथळ किंवा असुरक्षित वाटला नव्हता. आकाशवाणी, मासिक असा एखादा चेक कधी आला, तर माझे चित्रपटक्षेत्रातले धनिक मित्र किंवा 'सत्यकथा'–'मौज'चे सहसंपादक आणि माझे मित्र ग. रा. कामत ह्यांना चेक देऊन पैसे घेत असे. हे पैसे अमक्या-तमक्याला द्यावेत, असं लिहून सही केली की, तेव्हा बँक हा चेक घेत असत. हा एक हजार एकचा चेक घेऊन मी ग. रा. कामतांकडे गेलो, तेव्हा ते म्हणाले,

"आज तू माझ्याबरोबर बँकेत चल. खातं उघडून टाक. चार आकड्यांतली रक्कम तुला पहिल्यांदाच मिळाली आहे."

बराच काळ ही रक्कम बँकेत पडून होती. 'गरजेपेक्षा जास्ती धन केवळ अनावश्यक वस्तू खरेदी करायलाच उपयोगी पडते', हे वचन तेव्हा मला माहीत नव्हतं.

पुढं पंचावन्न साली मला बऱ्या पगाराची नोकरी मिळाली. 'मधुपर्क'चे कवी, तुकारामचरित्राचे लेखक आणि तुकारामगाथेचे संपादक पु. मं. लाड तेव्हा आकाशवाणी

खात्याचे सचिव होते. त्यांनी एकट्यांनीच माझा इंटरव्ह्यू घेतला. 'माणदेशी माणसं' नंतर काय लिहिता आहात, चित्रपटासाठी कथा घेतल्यावर किती पैसे मिळतात, वगैरे चौकशी केली. पगारासंबंधीची अपेक्षा जाणून घेतली आणि ग्रामीण कार्यक्रमांचा संयोजक म्हणून मला पुणे केंद्रावर घेऊन टाकलं. मी केंद्र सरकारच्या सेवेत रुजू झालो.

लवकरच महाराष्ट्र सरकारची पुस्तकांना पारितोषिकं देण्याची योजना सुरू झाली. 'गावाकडच्या गोष्टी', 'बनगरवाडी', 'उंबरठा', 'जांभळाचे दिवस', 'घरदार' ह्या पुस्तकांना पारितोषिकं मिळाली आणि जवळपास आठ हजार रुपये बँकेत जमा झाले. ह्या पैशाचं काय बरं करावं, असा प्रश्न माझ्यापुढं उभा राहिला.

हे करावं का, ते घ्यावं का – असं करता-करता, ह्या पैशांतून उत्तमोत्तम ग्रंथ खरेदी करावेत आणि आपलं-आपलं असं एक सुरेख ग्रंथालय करावं, हा विचार बळावला. माझ्या मित्रपरिवारात वाचनवेडे मित्र बरेच होते. त्यांच्याशी चर्चा केली की, आठ हजार रुपयांच्या पुस्तकांची यादी मला सहज करता आली असती. शिडीवर चढून पुस्तक काढावं, एवढी पुस्तकांनी भरलेली कपाटं आपली असली पाहिजेत, अशी एक महत्त्वाकांक्षा मी बाळगून होतो. आपल्याला हवं ते पुस्तक, हव्या त्या वेळी काढावं आणि वाचावं. पेन्सिलीनं खुणा कराव्या वाटल्या, तर खुशाल कराव्यात. आवडलेलं पुस्तक सावकाश असं पुन:पुन्हा वाचावं; उंट चालता-चालताही रवंथ करतो, तसं वाचलेलं पुस्तक पुन:पुन्हा आठवावं. त्याच्याबद्दल मित्रांपाशी बोलावं.

गुरुदक्षिणा आधी द्यावी लागली, तरी ग्रंथ हेच आपले गुरू नव्हेत का? मी हे धन उत्तम व्यवहारानं जोडलं आहे. ते उदास विचारे वेच करायचं, तर देवघेवच करावी. हे धन देऊन विचारधन घ्यावं.

एलफिन्स्टनसाहेबाचं प्रवासातलं ग्रंथालय उंटावर असे. तेही अशा तऱ्हेनं लादलेलं असे की, पाहिजे तो ग्रंथ पाहिजे त्या वेळी काढता यावा. आपल्यापाशी निदान पाहिजे ते पुस्तक, पाहिजे त्या वेळी काढून वाचता येईल, असं कपाटातलं ग्रंथालय का असू नये?

असा बराच विचार करून, अक्षरं लिहून मिळवलेलं हे धन अक्षरं वाचण्याच्या कामीच खर्च करायचा निर्णय मी घेतला.

त्या काळी आज आहेत, तशी पुस्तकं महाग नव्हती. एकोणपन्नास साली कापडी बांधणीतली लियाम ओ फ्लॅहर्टीची 'फेमीन' ही कादंबरी मला सहा रुपये नऊ आण्यांत मिळाली. ती अजून माझ्यापाशी आहे. मोपासाच्या अठ्ठ्याऐंशी आणि अठ्ठ्याऐंशी कथांचे दोन लठ्ठ संग्रह प्रत्येकी दहा रुपये पाच आणे किंमत देऊन मी पंचावन्न साली घेतले आहेत. ह.भ.प. पांगारकरांचं 'समर्थसंजीवनी' सहा रुपये आणि कवी श्रीकृष्ण पोवळे यांचं 'अग्निपराग' अडीच रुपये; तर 'ब्रदर्स कारमाझाव' चौदा रुपये. तात्पर्य, पुस्तकं फार महाग नव्हती. आठ हजार रुपयांत बरं घरगुती ग्रंथालय शक्य होतं.

ही कल्पना मी बायकोपाशी उत्साहानं बोललो.

तिला ही योजना आवडली.

दोन दिवस गेल्यावर तिनं मला विचारलं, ''पण, एवढी पुस्तकं घेऊन ठेवणार कुठं? भाड्याच्या दोन खोल्यांत?''

''एका खोलीत भिंतीपासून आढ्यापर्यंत पुस्तकांची शेल्फं करायची. तीच बसा-उठायची खोली. आपलं उठणं-बसणं पुस्तकांच्या संगतीत होणं केव्हाही बरंच.''

''भाड्याचं घर केव्हा खाली करायला लागेल, ते सांगता येतं का? सतत पुस्तकं इकडून तिकडं हलवावी लागतील. वज राहणार नाही.''

''मग काय करू या?''

''आपण पगारातले पैसे साठवू आणि स्वत:च्या दोन खोल्या बांधू. तिथं हवी तितकी पुस्तकं ठेवली, तरी हलवावी लागणार नाहीत.''

मी 'बरं, बरं' म्हणालो. पण पगारातले पैसे साठवून घर बांधणं, ही मला राक्षसी महत्त्वाकांक्षा वाटली. (करगणीचं प्रचंड देऊळ राक्षसानं एका रात्रीत बांधलं, अशी कथा सांगतात.) असं कधी घडत नाही. क्वचित घडलंच, तर वयाच्या पासष्टाव्या वर्षी, निवृत्तीनंतर मिळालेल्या फंडाच्या आणि विक्री केलेल्या पेन्शनच्या पैशांतून वगैरे होतं. माझी नोकरीच मुळी तीन वर्षांच्या करारावर होती. फंड, पेन्शन वगैरे काही नाही. (पुढं हा करार वयाच्या अठ्ठावन्न वर्षांपर्यंतचा झाला.)

ग्रंथालयाची योजना मागं पडली. पारितोषिकाच्या रकमेतून निदान जमिनीचा तुकडा घेऊ, असं उभयतांच्या विचारानं ठरलं.

घरासाठी जागा घ्यायची, म्हणजे पुस्तकांच्या दुकानात जाऊन पुस्तकं घेण्यापेक्षा जास्ती अवघड गोष्ट होती. जागा कशी असावी, हे ठरवण्यासाठी मला सगळी भिस्त माझ्यावरच ठेवणं भाग होतं. सुग्रण पक्षी आपलं अधांतरी लोंबणारं घरटं

बांधण्याआधी किती गोष्टी पाहतो... जमिनीपासून घरटं सुरक्षित उंचीवर आहे ना? फांदी पुरेशी लवचिक आहे ना? जवळ पाणी आहे ना? चरण्याजोगं हिरवं मैदान आसपास आहे ना? सावलीसाठी, विसाव्यासाठी आसपास भरपूर झाडीझुडी आहे ना? पाखरांची अंडी आणि लहान बाळं हेच ज्यांचं आवडतं अन्न आहे, अशी पाखरं आणि साप ह्यांच्या तडाख्यातून ह्या घरट्यातले जीव सुरक्षित राहतील ना?... अशी सगळी काळजी घेतल्यावर तो गात-गात आपलं झुलतं-लोंबतं, असायला बळकट आणि दिसायला सुंदर असं घर स्वत:च बांधतो. गाणं नाही, तरी आपण घरबांधणीतला शहाणपणा बायांकडून घ्यावा आणि निदान रडगाणं तरी टाळावं.

मी फार जंजाळात न शिरता ठरवलं की, शहरातल्या गर्दीच्या भागाला, वाहत्या रस्त्याला फटकूनच जागा असावी. तिथं रात्री, पहाटे आणि दुपारी शांतता घरात यावी. आजूबाजूला बरंच मोकळं रान, प्रौढ वृक्ष, गवत, झुडपं असावीत. टेकडीचा आणि वाहत्या खळाळत्या पाण्याचा शेजार असावा. जिथं घर बांधू, ती जागा तरी ऐसपैस पाहिजेच. अंगण, परसू, फुलझाडं, फळझाडं, वेली लावता आल्या पाहिजेत. सकाळचं कोवळं ऊन घरात रांगलं पाहिजे आणि रात्रीचा चंद्रप्रकाश अंगणात उतरला पाहिजे. इतकं सगळं एकत्र मिळणं कठीणच; पण अपेक्षा ठेवणं काही कठीण नाही.

माझे वडीलबंधू ग. दि. माडगूळकर हे बरीच वर्षं डेक्कन जिमखाना भागातल्या इंजिनिअर एन. जी. पवारांच्या बंगल्यात भाड्यानं राहत होते. त्यामुळं पवारांचा आमचा घरोबा होता. हे पवारसाहेब फारच भले गृहस्थ होते. ग.दिं.नी मुंबई रोडला 'पंचवटी' बंगला घेतला, तेव्हा मीही जिमखाना परिसर सोडून त्यांच्या शेजारी दोन खोल्या भाड्यानं घेतल्या. पवारसाहेबांची गाठ-भेट प्रसंगानंच होऊ लागली. पण एकत्र आलेली दोन माणसं दूर होतात, ती घरांतलं अंतर वाढल्यामुळं नव्हे. जागा घ्यायची ठरल्यावर मला पहिल्यांदा आठवण झाली, ती पवारसाहेबांची. ह्या कामी सुज्ञांचा सल्ला घ्यावा, म्हणून मी वयानं साठीच्या आणि अनुभवानं बरोबरीच्या लोकांच्या पुढं असलेल्या पवारसाहेबांकडे गेलो.

ते मला म्हणाले, "अरे वा! तुम्हालाच जागा हवी, तर इथं जिमखान्यावर माझ्या पाहण्यात असलेले मोकळे प्लॉट मी तुम्हाला दाखवतो. पसंत करा, पुढं बघू."

मग पवारसाहेबांच्या छोट्या गाडीतून आम्ही बरंच हिंडलो. एक-दोन-तीन दिवस हिंडलो.

प्रभात रस्त्याला समांतर असा काळ्याकरंद जमिनीचा एक लांब-रुंद तुकडा होता आणि त्यात नव्यानंच प्लॉट पाडले गेले होते. जागजागी डेरेदार अशी आंब्याची झाडं होती. शाल्मलीची झाडं होती. कवठाची, चिंचांची होती. पलीकडे पेरूच्या

बागा होत्या. पश्चिमेला हनुमान टेकडी होती. जवळच वाहता कॅनॉल होता आणि वाहनं जातील-येतील, असा रुंद रस्ता नव्हता. दोन्ही बाजूंना टणटणीच्या गच्च जाळ्या माजलेल्या पायवाटेनं रमत-गमत गेलं, कर्वे रस्ता ओलांडला की, मुठा नदीचं विशाल पात्र होतं. राहत्या घराच्या आसपास आणखी काय लागतं?

ही जागा मला आवडली. किंमत फार नसली, तर ती मला घ्यायची आहे, असं पवारसाहेबांना सांगताच त्यांनी मालक कोण, किंमत काय, ही सगळी चौकशी केली. मोटा रघुनाथ आणि छोटा रघुनाथ अशा मारवाडी बंधूंचे हे प्लॉट होते. अद्यापि रस्ते, पाणी, वीज, ड्रेनेज हे व्हायचं होतं. एक रुपया दोन आणे ही चौरस फुटाची किंमत होती. मी पसंत केलेला प्लॉट पाच हजार पाचशे पंच्याहत्तर चौरस फुटांचा होता.

दिघे नावाचे कोणी परिचयातले वकीलही पवारसाहेबांनी मला गाठून दिले. त्यांनी खरेदी-व्यवहारातली कायदेशीर बाजू संभाळली आणि एका उत्तम दिवशी, पुस्तकांना पारितोषिक म्हणून राज्य शासनाकडून मिळालेली रक्कम खर्ची घालून मी एरंडवणा भागातील एका लहानशा शेतजमिनीच्या तुकड्याचा मालक झालो.

घर बांधण्याची कल्पना बोलून झाली होती; पण हजारो रुपये जमवून ही कल्पना आपण प्रत्यक्षात आणू, असं मला मुळीच वाटलं नव्हतं.

मुंबई रस्त्यावरच्या भाड्याच्या घराला कुलूप ठोकून कधीमधी मी, बायको आणि लहान मुलगी ज्ञानदा असे प्रभात रस्त्याच्या बाजूला असलेल्या ह्या मोकळ्या शेतजमिनीत येऊन बसत असू. संध्याकाळची वेळ असे. कॅनॉलच्या पाण्याचा गारवा आणि पेरूच्या बागेचा वास घेऊन वारा आमच्याशी झोंबऱ्या गोष्टी करत असे. ज्ञानदा रानफुलं गोळा करी आणि मी पुढच्या गोष्टी बोलत असे. जणू काही ह्या काळ्या जमिनीत पाऊस पडून वाफसा आलेला आहे आणि मी बी टोकतो आहे.

"हे बघ – फार झालं, तर वयाच्या चाळिसाव्या वर्षापर्यंत मी चरितार्थासाठी चाकरी करीन; पुढं नाही. ह्या जागी आपण दगड-मातीच्या भिंती, कडुनिंबाचे वासे, नळीच्या कौलांचं छप्पर, जांभळीच्या लाकडापासून केलेली दारं – असं स्वस्तातलं लहान घर बांधू. मोकळ्या राहिलेल्या जमिनीत आंबा, रामफळ, पेरू, केळी असली फळझाडं अन् गुलमोहर, बाहवा, चाफा, प्राजक्त असे फुलणारे वृक्ष लावू. मग मी लिहिणं, वाचणं, चित्रं काढणं, अधूनमधून प्रवास करणं, शिकारीला जाणं, वारंवार नदी, डोंगर, जंगल यांच्याकडे धावणं – असं करत राहीन."

हिचा काही विरोध नसे. बाजारात तुरी होत्या, मग मारामारी कशासाठी, असा तिचा विचार असावा.

जमीन घेऊन काही महिने झाले. 'माणदेशी माणसं', 'जांभळाचे दिवस',

'तू वेडा कुंभार' ह्या माझ्या पुस्तकांचे प्रकाशक अनंतराव कुलकर्णी ह्यांना ही बातमी लागली.

एकवार त्यांनी विचारलं, ''काय, रे, प्लॉट घेतला आहेस म्हणे?''

''हो. पारितोषिकाचे पैसे होते, ते वायफळ खर्चाची बुद्धी होईल, म्हणून प्लॉट घेऊन टाकला.''

''छान, छान! घर कधी बांधणार?''

''घर बांधायचं, म्हणजे काय खेळ आहे काय अनंतराव? एवढे पैसे आणायचे कुठनं?''

''सुरुवात केली, म्हणजे अडत नाही... होतं पुरं. काहीही व्यापताप करून माणूस घर पुरं करतोच. सुरुवात तर कर. माझ्या शेजारी वीटवाले देसाई आहेत, त्यांना सांगून मी तुला विटा देतो. राजूरकर माझ्या नात्यातलेच आहेत. ते लागेल, तेवढं लाकूड देतील. त्याचे पैसे सावकाश दिलेस, तर चालतील. अरे, लेखकाचं घर होतंय, ह्यात आनंद आहे.''

''रोख पैसे लागतील, ते कुठनं आणू?''

''तुझ्या पुस्तकांच्या रॉयल्टीपोटी मी आगाऊ रक्कम देतो; मग झालं?''

इतकं बोलणं झाल्यावर मला उमेद आली. इंजिनिअर पवारसाहेब म्हणालेच होते की, तुमचं घर आम्ही बांधून देऊ.

घराचं डिझाइन कुणाकडून घ्यावं? माधवराव आचवलांचं नाव चट्कन समोर आलं. लेखकाचं घर कसं असावं – हे लेखक, समीक्षक असलेल्या आर्किटेक्ट माधवरावांइतकं आणखी कुणाला कळणार?

बडोद्याला मी पत्र लिहून टाकलं : 'घर बांधावं, असा विचार आहे. डिझाइन तुम्हीच करावं, असा आग्रह आहे.'

आचवलांनी आनंदानं काम स्वीकारलं. १०-०१-६०च्या पत्रात त्यांनी लिहिलं होतं : 'काम करण्यास मला आनंद वाटेल. लेखकमित्रांपैकी घर बांधायला निघालेले आपण पाहिलेच. शिवाय बाकीच्यांचा माझ्याकडून घर डिझाइन करून न घेण्याचा निश्चय आहे! ते फ्लोटिंग स्पेस वगैरे खटले आपल्याला नको, असं म्हणतात.

'अडचण एक अशी आहे की, इतक्या दूर असल्यामुळं डिझाइनची स्केचेस करून देण्यापलीकडे मला काही करता येईलसं वाटत नाही. तुम्ही दुसऱ्या कुणा आर्किटेक्टवर, मी केलेलं डिझाइन बांधून घेण्याचं काम सोपवलंत, तरी त्याला त्यात रस वाटणार नाही; आणि ते साहजिकच आहे.'

ही अडचण लिहून आचवलांनी दोघां स्थानिक आर्किटेक्ट्सची नावं मला कळवली होती आणि त्यांच्या कामाबद्दल मला आदर आहे, असं म्हटलं होतं.

पण माझा आग्रहच होता की, डिझाइन आचवलांचंच पाहिजे. मग, माझी त्यांना आणि त्यांची मला – अशी पत्रं सुरू झाली. पत्रापत्रांतून घराला आकार आला.

घराविषयी माझी कल्पना मी कळवली. चौसोपी वाड्यातला प्रशस्तपणा ह्या घराला असावा. ते बैठंच हवं. घराला छप्पर पाहिजे, माळा पाहिजे आणि सर्वांत महत्त्वाची गोष्ट म्हणजे – बाजूला, दार बंद केलं की, घरापासून वेगळं होता येईल, अशी माझी म्हणून एक खोली असावी. तिच्यात पुस्तकांसाठी म्हणून एक भिंतभर कपाट किंवा शेल्फ. चित्रं रंगवायला भरपूर उजेड. घराला अंगण आणि परसू पाहिजे. घरापैकी काही भाग, अगदी एखादीदुसरी खोलीही, भाड्यानं देण्याची बुद्धी कधी होऊ नये, अशी त्याची रचना असावी. बास!

माझ्या आठवणीप्रमाणं आचवलांनी सोळा ड्रॉइंग्ज दुर्गाबाई भागवत यांच्याबरोबर बडोद्याहून माझ्याकडं पाठवली. ती सगळीच उत्तम होती. त्यांतलं मला सर्वोत्तम वाटलं, ते पसंत करून मी सर्व तपशिलाचे नकाशे पाठवावेत, असं आचवलांना कळवलं.

घर बांधणं म्हणजे एक प्रचंड खटाटोप असतो. माझा सगळा भरवसा पवारसाहेबांवर होता. त्यांच्या ओळखी होत्या, त्यांच्यापाशी अनेक माणसं होती. मोठा अनुभव गाठीशी होता. सगळं नीट पार पडेल, अशी माझी खात्री होती.

अचानक एक दुर्दैवी घटना घडली.

इंजिनिअर पवारसाहेब गेले.

माझ्यापुढं मोठाच प्रश्न उभा राहिला : घर बांधणार कोण?

पवारसाहेबांइतक्या आपुलकीनं काम करणारं माणूस मला आता दुसरं कोण मिळणार?

ह्या कामी आता सल्ला कुणाचा घ्यावा?

माझे वडील जेव्हा संस्थानी नोकरीत होते, तेव्हा इंजिनिअर नानासाहेब केळकरही होते; त्यांची आठवण झाली. हे स्वच्छ आणि कर्तबगार अधिकारी तूर्त पुण्याला होते. सिमेंट आणि स्टील कंट्रोलर असा त्यांचा हुद्दा होता. ओठांवर सतत प्रसन्न हसू आणि भरघोस पांढऱ्या मिशा. डोक्यावर गांधी टोपी. कपाळावर गंध. अंगात बंद बटणांचा शर्ट आणि खादीचा कोट. सोग्याचं स्वच्छ धोतर. पायांत औंधाच्या चांभारानं केलेल्या खास चपला. अशा वेशातले नाना मला कधीमधी रस्त्यावर भेटत. आवर्जून चौकशी करत. नवं काय लिहिलंस, नवं पुस्तक कोणतं प्रसिद्ध झालं आहे, चित्रपट कोणता चालू आहे – हे विचारत.

शनिवारवाड्यानजीक असलेल्या नानांच्या ऑफिसात जाऊन मी त्यांच्यापुढं बसलो. म्हणालो, "नाना, मी घर बांधतोय. तुमच्या ओळखीचा, चांगलं काम

करणारा माणूस मला सुचवाल का? माझं डिझाइन नीटपणे प्रत्यक्षात आणील आणि मला खर्चाच्या खोल खड्ड्यात घालणार नाही, असा प्रामाणिक आणि आपलेपणानं काम करील, असा कोणी तुम्हीच देऊ शकाल.''

नाना हसून म्हणाले, ''असा माणूस कुठून आणू? तरी पण तू घर बांधतो आहेस, ही आनंदाची गोष्ट आहे. माझे एक इंजिनिअर मित्र आहेत, सी. व्ही. कुलकर्णी म्हणून. ते उद्या इथं येतील. तूही ये. आपण बोलू.''

हे कुलकर्णी दिसा-बोलायला नानांचे मित्र शोभावेत, असेच होते.

नाना त्यांना म्हणाले, ''बाबा रे, हा मुलगा पैसेवाला नाही, लेखक आहे. औंध संस्थानातला आणि आमच्या बापूंचा मुलगा आहे. त्याचं घर चांगलं बांधून दे. आणि मुख्य म्हणजे, त्याला खर्चाच्या खड्ड्यात घालू नकोस.''

कुलकर्ण्यांनी मान डोलावली. हसले. मला म्हणाले, ''अनुभवानं कळेल.''

पुढं मला अनुभव आला. कुलकर्ण्यांचं काम चोख, हयगय नाही. अनुभव मोठा. एखादी गोष्ट स्पष्ट बोलायची, तर कुलकर्णी आधी परवानगी घेत.

''बरं का हो, मी थोडं स्पष्ट बोलू का?''

''बोला.''

''तुमच्या आचवलांनी नकाशात दाखवला आहे, त्यापेक्षा छपराचा ढाळ मी थोडा जास्त ठेवणार. समोरच्या भिंतीची उंची वाढवणार. छपरावर पाणी पडलं की, ते सर्रकन खाली आलं पाहिजे.''

''पण कुलकर्णी, त्यामुळं घराच्या दिसण्यात उणेपणा येईल. डिझाइन बदलेल.''

''फार नाही, थोडं बदलेल. पण तेवढं खपवून घेतलं पाहिजे.''

असे बरेच बदल पुढं मला खपवून घ्यायला लागले.

हळूहळू सगळे तपशील असलेले नकाशे आचवलांकडून आले. अगदी अभ्यासिकेतलं पुस्तकांचं शेल्फ, हॉलमधल्या भिंतीवरचं एखाद्या पेंटिंगसारखं दिसणारं शेल्फ, भिंतीतली कपाटं ह्यांसुद्धा बारीकसारीक तपशील मिळाले. 'ह्या घरासाठी लागणारं फर्निचरही मी डिझाइन करीन आणि तुमच्याकडं पाठवीन. घरालाच पुष्कळ खर्च येईल. त्यात एवढ्यात फर्निचरचा खर्च नको. मागाहून पाठवीन', असंही आचवलांनी कळवलं होतं.

फी किती पाठवायची, असं मी विचारलं, तेव्हा पत्र आलं –

'तुम्हाला फी नाही. घर कसं दिसेल, हे कळण्यासाठी मला घराचं प्लायवूडमध्ये मॉडेल करायचं आहे, त्याचा खर्च दोनशे रुपये. तेवढेच तुम्ही द्यायचे.'

लवकरच घराचं सुंदर मॉडेल माझ्याकडं आलं. पुढून, बाजूंनी, मागून घर

डौलदार, साधं, वेगळं होतंच. छप्पर उचलून आत पाहिलं की, आतला लोभस घरगुतीपणाही मोह घालील, असा होता.

माधवरावांचं म्हणणं होतं की, घर चुन्यात बांधा. छप्पर सिमेंट पत्र्याचं करा. ते पुढं काळे पडू नयेत, म्हणून रंगीत पत्रे घ्या – हिरवे किंवा तांबडे. हे घर बांधायला चोवीस हजार रुपये खर्च येईल. जास्ती आला, तर तुमचं काही चुकलं, असं समजा.

अनंतराव कुलकर्ण्यांनी मला रॉयल्टीपोटी बारा हजार रुपये दिले. वर्षाला मला मिळणाऱ्या रॉयल्टीतून ते फेडायचे होते. 'मानिनी', 'रंगपंचमी', 'वैजयंता', 'भल्याची दुनिया', अशा काही चित्रपट-लेखनानं काही पैसे दिले. देसायांनी विटा दिल्या. राजूरकरांनी दारं, खिडक्या, वासे, चौकटी दिल्या. नाना केळकरांनी कंट्रोलचं सिमेंट आणि लोखंड दिलं.

घराच्या बांधकामाला सुरुवात झाली. काळी जमीन असल्यामुळं पायासाठी फार खोल जावं लागलं. उत्तरेच्या बाजूला तर आठ फूट पाया गेला. भात उकरावा, तशी काळी माती उकरली गेली. 'करळी माती... बांधकामाला विष' हे कुलकर्ण्यांचं मत माझ्या मनात पुरतं भिनलं. आचवलांनी दिलेला खर्चाचा अंदाज पायापासून चुकायला सुरुवात झाली.

पानशेतचं धरण फुटलं आणि कधी नाही अशी प्रचंड पडझड, वाताहत, राड पुणे शहरानं पाहिली. अनेक संसार वाहून गेले.

माझं बांधकाम बंद पडलं. पूरग्रस्तांच्या पुनर्वसनाच्या कामी कारागीर गुंतले.

बंद पडलेलं बांधकाम पुन्हा सुरू झालं, तेव्हा कामगारांपासून बांधकाम-साहित्यापर्यंत सगळंच महागलं होतं. विटांचे साठे कारखानदारांकडून सरकारनं आपल्या ताब्यात घेतले होते. जिल्हाधिकाऱ्यांच्या परवानगीनं विटा मिळत होत्या.

साठवणीचं पाणी फार दिवस पुरत नाही. कामगारांचा रोजगार, खिळेमोळे, डबर, मुरूम, वाळू, कड्या-कोयंडे, तारा-सळ्या ह्यांना प्रत्येक शनिवारी पैसे पुरवता-पुरवता मी बेजार झालो. जवळ होते, ते पैसे चिरमुऱ्यांसारखे संपून गेले.

माधवरावांनी पुन:पुन्हा बजावलं होतं, कर्ज काढून घर बांधू नका. तो बोजा वागवून घरात सुख लागत नाही.

अधिक खर्च भरून काढायचा कशातनं? मला कर्ज तरी कोण आणि कशावर देणार?

एक प्रकाशक उपयोगी पडले होते; दुसरेही पडतील, असा भरवसा होता. जिवाचा घडा करून मी मौज प्रकाशनाच्या भागवतांना पत्र लिहिलं –

"मी अडचणीत आहे. तुमच्याकडं असलेल्या 'बनगरवाडी', 'गावाकडच्या गोष्टी', 'काळी आई', 'उंबरठा' ह्या सगळ्या पुस्तकांचे कायमचे हक्क घेऊन तुम्ही मला ह्या अडचणीतून बाहेर काढू शकाल."

ह्यावर विष्णुपंत भागवतांनी मला कळवलं, 'तुमच्या अडचणीच्या वेळी पुस्तकांचे कायमचे हक्क घेणे नैतिक दृष्टीने योग्य वाटत नाही. तुमची गरज कळवावी. रॉयल्टीपोटी किती रक्कम देता येईल, ते पाहू.'

– आणि ह्याही प्रकाशकांकडून मला बारा हजार रुपये एवढी रक्कम मिळाली. घराचं बांधकाम सुरू राहिलं.

आचवलांनी सूचना केली होती : घर चुन्यात बांधा.

कुलकर्णी आधी परवानगी घेऊन ह्यासंबंधीही स्पष्ट बोलले होते, "हल्ली चुना खात्रीशीर मिळत नाही. सिमेंटच वापरणं आपल्या हिताचं आहे."

भिंती उभ्या राहत असतानाच आचवल अकस्मात बघायला आले.

एकूण बांधकाम, भिंतीची धरलेली रुंदी बघून त्यांनी विचारलं, "माडगूळकर, तुम्ही काय शनिवारवाडा बांधताय काय! भिंती एवढ्या रुंद कशाला?"

कुलकर्ण्यांचं यावर म्हणणं असं : "उद्या तुमच्या मुलाबाळांनी मला शिव्या द्यायला नकोत. त्यांना वर मजला चढवायला बांधकाम भक्कमच पाहिजे."

माधवराव आचवलांना पिढ्यान्‌पिढ्या टिकणारं घर अभिप्रेत नव्हतंच.

"तुम्ही आपल्या हयातीचं बघा. मुलांनी तुमचंच घर गोड करून घ्यावं, हा आग्रह कशाला? त्यांनी हे घर पाडून नवं बांधावं, विकून दुसऱ्या गावी घ्यावं किंवा त्यांना वाटेल, तसं करावं. आपण आज त्यांचा विचार करू नये."

बासष्ट साली घर पुरं झालं. खर्च बावन्न हजार झाला. घराला नाव पाहिजे. मी ते 'अ क्ष र' ठेवलं. अक्षरावर घर झालं होतं.

आसपास इमारतींची गर्दी झालेली नव्हतीच. बरंच रान मोकळं होतं. त्या पार्श्वभूमीवर माधवरावांनी तयार केलेलं घराचं डिझाइन टुमदार आणि वेगळं दिसे. घर म्हणून त्याचं त्याला खास व्यक्तिमत्त्व होतं. केवळ आडवे उघडे वासे, मध्येच दिसणारा छपराचा भाग बघून काही जण विचारीत, "ह्याच्यावर पत्रे घालायचे राहिले काय?"

काही जण सुचवीत : "निदान पारदर्शक पत्रे तरी घालून घ्या."

घरातही थोडं ऊन, वारा, पाऊस आला पाहिजे; बाहेरच्या वातावरणापासून आपण एखाद्या बंद पेटीत राहिल्यासारखं राहू नये, म्हणून अंगणवजा हा भाग उघडा होता. माधवरावांचं सांगणं होतं की, 'ह्या Perforationsची खालच्या भिंतीवर

चांगली छाया पडेल. (अशा गोष्टी लिहिल्या की, dry वाटतात. पण इलाज नाही. प्रत्यक्षात effect चांगला होईल, अशी माझी खात्री आहे.)'

आचवलांनी फर्निचर अद्याप सुचवलं नव्हतंच. आम्हीच सुचेल, तसं घर सजवलं होतं. ते अनेकांना आवडलं.

सत्तर साली एन.एस.डी.चे अल्काझी एकवार घरी आले होते.

ते म्हणाले, ''मराठी लेखकाचं इतकं सुंदर घर मी पहिल्यांदाच पाहतोय.''

दोन हात झोपडी बांधू शकतात; मोठं घर बांधायचं, तर अनेक हात लागतात.

सुरुवातीपासूनच माझ्या घराला लेखक, प्रकाशक, संपादक यांचा हातभार लाभला होता. घर पुरं झाल्यावर वास्तुशांती कवीच्या हातून झाली. होमहवन अण्णा-वहिनींनी केलं.

ह्या घरात आलो आणि जयदेवचा जन्म झाला. पुढं ज्ञानदाचं लग्न झालं. एक मूल घरात आलं आणि एक मूल घराबाहेर गेलं.

ज्ञानदाच्या लग्नाचा समारंभ सुरेख पार पाडायचा, म्हणून कार्यालयं बघत मी फार पायपीट केली. हव्या त्या तारखेला कार्यालय मिळालं नाही. काय करावं, म्हणून मी हवालदिल झालो. नाटकी मित्र म्हणाले, ''कशाला पाहिजे कार्यालय? आपण 'अक्षर'मध्येच समारंभ करू.''

कमलाकर सोनटक्के, वसु भगत, चारुदत्त सरपोतदार अशा मित्रांनी झटपट रूपांतर करून घराचं हां-हां म्हणता मंगल कार्यालय केलं. तोरणं-पताका, दिव्यांच्या माळा, प्रकाशझोत, गाद्यागिरद्या, गालिचे, सनईचे स्वर आणि झकपक कपडे केलेल्या स्त्री-पुरुषांची गर्दी – असं सगळं एकत्र आलं की, आणखी काय लागतं? ह्या समारंभाच्या निमित्तानं साहित्य, नाट्य, चित्रपट, आकाशवाणी ह्या क्षेत्रांतली कितीतरी नामवंत मंडळी 'अक्षर'मध्ये येऊन गेली. ह्या संध्याकाळी साहित्य संमेलनाचे पाच अध्यक्षच 'अक्षर'मध्ये एकत्र होते. घराला घरपणा येतो, तो आत राहणाऱ्या आणि येणा-जाणाऱ्या माणसांमुळंच.

मला माळा हवा होता, तो अडगळ साठवण्यासाठी नाही; तर मुलांना त्यांची गुप्त जागा असावी, म्हणून. ती सोय आचवलांनी केली होती. कुटुंबवत्सल माणसाला कठीण समयी उपयोगी पडावी, म्हणून एक कोठीची खोली हवी असते. वडीलधाऱ्या माणसांसाठी एक देवघर, तुळशी वृंदावनही हवं असतं. ते मी कुलकर्ण्यांकडून करून घेतलं. आई 'अक्षर'मध्ये आली, म्हणजे ह्या दोन्ही ठिकाणचं वैभव दृष्टीला पडे.

घर पुरं झाल्यावर एकवार आचवल पुण्याला आले. कागदावरचं घर प्रत्यक्षात उभं झालेलं बघून म्हणाले, ''मी डिझाईन्स दिली, त्या सगळ्या मित्रमंडळींपेक्षा तुम्ही

घर पुष्कळच चांगलं करून घेतलं आहे.''

हा अभिप्राय ऐकून मला बरं वाटलं.

घर नवं होतं, तेव्हा आचवलांनी डिझाइन केलेलं, हे घर बघायला वास्तुशिल्पशास्त्राचा अभ्यास करणारे विद्यार्थी आवर्जून येत. नव्यानं घर बांधायला निघालेले काही हौशी लोकही येत.

अगदी गेल्या महिन्यातसुद्धा ऐन दुपारी एक पांढऱ्या रंगाची मोटार दारात येऊन थांबली. ग्रामीण भागातून आलेल्या लोकांचं टोळकं उतरलं. सात-आठ जण फाटक उघडून आत आले.

अनोळखीच मंडळी होती.

धोतर, शर्ट, टोपी असा वेश असलेला, पन्नाशीच्या पुढं झुकलेला असा एक जण पुढं येऊन म्हणाला, ''बंगला बघायला मिळेल का?''

''बघा ना, या.''

''आम्ही शिर्डीहून आलोय. गावाकडं बंगला बांधायचाय. हा चांगला दिसला. म्हटलं, बघून घ्यावा.''

बाहेरून, आतून चक्कर मारून, चर्चा करत मंडळी गेली.

मला वाटलं, म्हणजे अजूनही हे घर बरं आणि वेगळं दिसतं.

आचवलांनी डिझाइन केलेल्या फर्निचरपैकी, दरवाज्यातून आत येताच एन्ट्रन्समधल्या तांबड्या वीटपडदीशी आडवं ठेवलेलं कपाट आहे. घरात येताच बुटा-चपलांचं दर्शन घडू नये, म्हणून पादत्राणं झाकली राहण्यासाठी योग्य सोय आहे. बाहेर जाताना बुटांचे बंद बांधणाऱ्यांसाठी बैठक म्हणूनही ह्याचा उपयोग होतो.

हे कपाट बघून आई म्हणाली, ''अक्षरमध्ये जोडे ठेवण्यासाठी कपाट आहे, तसं माडगूळला दुभत्यासाठीसुद्धा नाही.''

ह्यात कौतुक होतं आणि फर्निचरच्या सोसाबद्दल एक खमंग टोमणाही होता.

पुढं फर्निचरची डिझाईन्स देण्याचं आचवल विसरून गेले. मीही कधी आठवण दिली नाही.

आता वाटतं की, आठवण द्यायला पाहिजे होती. काही वेगळं, खास असं मला मिळालं असतं.

ह्या घरात माणसांप्रमाणं काही प्राणीही रमले. गुंडू बोका, जिम आणि काळूराम हे दोन कुत्रे, दगडू नावाचं कासव आणि दोन ससे – असा हा प्राणिसंभार होता.

'गुंडू' आपणहून ह्या घरी राहायला आला. मांजरं घरगुतीच असतात. त्यांतही हा विशेष होता. तो तरुणपणी आला आणि वय उताराला लागलं, तेव्हा निघून गेला.

'जिम' फार मर्यादशील कुत्रा होता. बाग आणि उघडा व्हरांडा ह्यालाच त्यानं घर मानलं; त्यानं कधी उंबरा ओलांडला नाही. प्रवेशद्वारी तोंड टेकवून – डोळे, कान आणि नाक ह्यांना जागं ठेवून तो घरातला होई. आम्ही त्याला बागेत लाकडी घर बांधून दिलं होतं. त्यात तो थिबा असे. जिम अकाली गेला. प्राचीन काळी आप्तांना घराच्या आवारातच भूमीच्या पोटात झोपवीत, तसं मी त्याला झोपवलं आणि त्याच्यावर प्राजक्त लावला. पंचवीस वर्षांनी आता तो घरापेक्षा उंच वाढला आहे आणि अजूनही माझ्या नातवंडांसाठी फुलांचा सडा घालतो आहे.

फासेपारध्यानं आणून दिलेल्या रानसशांना माझं घर बिळाइतकं सुरक्षित आणि उबदार वाटलं नाही. मी त्यांना हरवलेलं स्वातंत्र्य परत करण्याआधीच ते देहत्याग करून शहीद झाले.

शिकारी वैदू मित्रानं दिलेल्या 'दगडू' कासवाला आचवलांचा 'वाहता अवकाश' पाण्याइतका प्रवाही आणि थंड वाटला नसावा. तो पुन्हा नदीकडं गेला.

बापडा काळू वेडा झाला. कुटुंबात वेडी माणसं सांभाळून घेता येतात (माझी बाईआजी होतीच की); पण वेडी कुत्री कशी घेणार? सकाळी पूर्णान्न घेऊन येणारा दूधवाला आणि जगाची बातमी आणणारा वर्तमानपत्रवाला ह्यांना तो ओळखीनासा झालाच; पण मालकाची ओळखही विसरला, तेव्हा त्याला झोपवावं लागलं.

पंचवीस वर्षांच्या साथीत माझ्या बंदुकीनं एवढं एकच न करावं, असं काम केलं असेल.

तुमच्या जागेत झाडं नाहीत, छप्पर तापेल, आतून सीलिंग केलं पाहिजे – असं आचवलांनी सांगितलं होतं. खरं तर वासे उघडे बरे. फिरले, तर जाणवतात तरी. पण मी सीलिंग केलं आणि घरासमोर वृक्षराजीही वाढवली. आंबा, रामफळ, पेरू, मोसंबी, ग्रेपफ्रूट असली फळझाडं; कॅशिया, गुलमोहोर, प्राजक्त, रातराणी अशी फुलझाडं लावली. ती आता ताडमाड वाढली आहेत.

झाडं आणि घर यांचे संबंध फार जवळिकेचे झाले की, संघर्षाला सुरुवात होते, असं माझ्या ध्यानी आलं आहे. घरं वनाच्या मुळांवर घाव घालतात आणि झाडं घराचं आसन डळमळीत करतात. वय झालं की, वानप्रस्थाश्रमाकडं जावं, ही सूचनाच मुळं घराखाली पसरवून गृहस्थाश्रमी माणसाला वृक्ष देत असावेत.

आता 'अक्षर'च्या आजूबाजूचा परिसर पार बदलून गेला आहे. आधी रिकाम्या जागेवर भराभर घरं, बंगले उभे राहिले. शाल्मली, आंबा, निंब, जांभूळ असले वृक्ष तोडले गेले. आता बंगले, घरं पाडली जाऊन त्या जागी तीन मजली टोलेजंग

अपार्टमेन्ट्स उभी राहिली आहेत. पायी चालावं, अशा वाटा नाहीशा होऊन रस्ते झाले आहेत. त्यांच्यावरून भन्नाट वेगानं मोटारी, रिक्षा, स्कूटर्स, मोपेड्स धावताहेत. विलक्षण आवाज सतत होत आहेत. घरात बोलायचं, तर व्यासपीठावरून बोलताना चढवावा एवढा आवाज चढवावा लागतो. मी घर बांधलं, तेव्हा घरासमोर रस्ता नव्हताच; वाट होती. पावसाळ्यात ह्या वाटेवर एवढा चिखल व्हायचा की, जड वाहनं रुतायची. आता समोरच्या रस्त्यानं सेकंदाला तीन वाहनं वेगानं जातात-येतात.

आपल्या घराबाहेरून जाणाऱ्या बग्गीवाल्यानं घोड्यावर आसूड फटकारला की, माझ्या विचारांची काळजीपूर्वक रचलेली लगोरी अकस्मात कोसळते; असले आवाज हे एकाग्रतेचे आणि पर्यायानं सर्जनात्मक असं काही करू पाहणाऱ्याचे संहारक आहेत. 'Noise is a torture to all intellectual people' असं शोपेनहॉवरनं लिहिताच बग्गीवाल्यांना चाबूक वापरायला बंदी करण्यात आली, अशी कथा मी ऐकली आहे. ती मला दैवत-कथा वाटते. कारण माझ्या घराच्या फाटकापुढंच आता 'विद्यापीठाकडून मंडईकडे' जाणाऱ्या बसचा थांबा झाला आहे.

काही वेळा फाटकाची लोखंडी कडी वाजवून चौकशी होते, "बस गेली का हो?"

"काही पाहिली नाही मी."

"किती वाजता आहे?"

"वेळा मला माहीत नाहीत, पण अर्ध्या तासानं असावी."

"आता किती वाजले?" वगैरे.

गरजू प्रवासी माझ्या फाटकातच सावलीला बसतात. चार-सहांचा घोळका असला की, वेळ जाण्यासाठी मोठमोठ्या आवाजात गप्पा होतात. कधीमधी घरातली भांडणंही इथं भांडली जातात. मुलं फाटकाच्या कड्यांशी खेळतात. सापडत नसलेला पत्ता विचारण्यासाठी, घरगुती पदार्थांची वा धुण्याच्या साबणाची विक्री करण्यासाठी, देणगी किंवा पाणी मागण्यासाठी फाटकाची कडी अवेळी खणखणत असते. ठोठवा, म्हणजे उघडेल – असं आता कुणी कुणाला सांगायला नको.

राहत्या घराचं फाटक रस्त्यावर आल्यावर दुसरं काय घडणार?

ऐन दुपारी एकदा कुऱ्हाडीचा आवाज ऐकून मी बाहेर येऊन पाहिलं, तर आवारातल्या गुलमोहराच्या झाडावर एक कुटुंब चढलेलं दिसलं. उघडाबंब दाढीवाला, खोचा घातलेली त्याची बायको आणि आठ-दहा वर्षांची पोरगी. माझ्या नजरेसमोर पुरुष होता. त्याला मी विचारलं, "मालक, वर चढून काय करताय?"

"जळणाला फाटे तोडतोय."

"जळणाला? अहो, हे आवारातलं झाड आहे, रानातलं नव्हे."

''वाळल्या काटक्या तर तोडतोय; वल्या नाही.''

यावर काय बोलणार? लिहिल्या कागदांचा उपयोग भाकरी भाजायला होत नाही, आणि मौलिक पुस्तकंही अशा कामी उपयोगी येत नाहीत, हे किती बरं आहे!

पंचवीस वर्षांमागं काय, आजही माझ्यापाशी दूरदृष्टी आहे, असं कोणी म्हणणार नाही. पण तेव्हा मी गावाबाहेर, म्हणून ही जागा पसंत केली होती, हे खरं. आजूबाजूला पुष्कळ जमीन मोकळी होती. लेखक-प्रकाशक-संपादकमित्रांचा सहवास मिळावा, म्हणून मी बऱ्याच जणांना सांगितलं – माझ्या आजूबाजूला छान मोकळे प्लॉट्स आहेत. तुम्ही घ्या. मला आता नवीन मित्र जोडता येणार नाहीत. माझ्या घराच्या आसपास 'अरे-जारे'तला एखाददुसरा तरी मित्र पाहिजे.

तर, सर्वांचा आक्षेप एकच : 'फार एका बाजूला घर आहे तुझं. जवळपास दुकानं नाहीत. वाहन लवकर मिळत नाही. मंडई किती लांब तिथनं! बस नाही. नको बाबा, तिकडं.'

माझ्या शेजारी कोणीही आलं नाही.

तेव्हा गावाबाहेर वाटणारं माझं घर आता ऐन गर्दीच्या भागात आलं आहे. चिंचखिंडीत मी शिकारीला जात असे, तिथपर्यंत आता इमारतीच इमारती झाल्या आहेत. कर्वे रोड ओलांडायला दहा-दहा मिनिटं थांबावं लागतं.

कोरे कागद दिसले की, विकत घ्यायचा मोह मला टाळता येत नाही. ते घ्यायचे. उपयोगात आणले नाहीत, म्हणून उत्तम ड्राइंगपेपर, कॅनव्हास, कोऱ्या कागदाची रिमं वर्षानुवर्षं पडून राहतात; पिवळी पडतात. पण पुन्हा कुठं कोरा कागद दिसला की, घ्यावा वाटतोच.

ह्या नादापायीच पाच वर्षांमागं एक एकर जमिनीचा तुकडा घेतला. पुण्यापासून बारा किलोमीटरांवर असलेल्या टेकडीच्या पायथ्याशी ही सुरेख जमीन आहे. आजूबाजूला अगदी तुरळक वस्ती आहे. हिरवीगर्द शेतं, आमराया, पेरूच्या बागा आहेत. उंचावर असलेल्या ह्या रानात उभं राहिलं की, आजूबाजूचा केवढा तरी विस्तार नजरेच्या टप्प्यात येतो. जमीन महाग होती, जवळ पैसे नव्हते; तरी मी प्रॉव्हिडंट फंडातून कर्ज काढलं, इकडून-तिकडून पैसे उभे केले आणि ही जमीन घेऊन टाकली.

तीन वर्षं बापडी जमीन कोरीच पडून राहिली.

पुढं चाकरी संपली. मी निवृत्त झालो.

ह्या एका एकरात पाण्याचा पाट टेकडीच्या पायथ्याशी वाहतो. वस्त्राला काठ असावेत, तशी डेरेदार आंब्याची झाडं बांधावर आहेत. काही मी लावली. ती आता दीड-दोन वर्षांची झाली आहेत. लहानशी पेरूची बाग आहे. काही डाळिंबाची झाडं

आहेत. सीताफळाची आहेत. पोपई आहे. शेवगा आहे. केळी आहेत. अंजीर आहे. जांभूळ आहे. सारा एकर आता हिरवाकंच झाला आहे. निवारा पाहिजे, म्हणून एक छोटीशी पत्र्याची झोपडीही मी तिथं बांधून घेतली आहे.

मोकळं आकाश बघावं, वाहता वारा अंगावर घ्यावा, पाखरांचे शब्द ऐकावेत... असं वाटलं की, आम्ही दोघं 'अक्षर' बंद करून ह्या रानाकडे धावतो. बस शेवटपर्यंत जात नाही. पायउतार होऊन पांदीतून, ओढ्यातून, शेत ओलांडत एक-अर्धा किलोमीटर चालावं लागतं.

झाडांना खतं घालणं, पाणी देणं, छाटणी करणं, तण काढणं – असली कामं करता-करता दिवस उताराला लागतो.

दमून-भागून आम्ही दोघं ओसरीला बसतो.

लावऱ्यांचा घोळका हिरवळीवर चरताना दिसतो. पावसाळ्यात पिवळ्याधमक रंगाची झालेली सुग्रण पाखरं थव्याथव्यानं येऊन गवतावर नाचत असतात. मुनिया, पारवे, मैना भरारत असतात. तित्तिरांच्या शिळा सारख्या उठत असतात. हाकारे-कुकारे ऐकू येतात.

मावळतीच्या कोवळ्या उन्हानं रान न्हाऊन निघतं. थंडगार वारा झुळझुळू लागतो.

कधी तरी मुलांची आई मनातलं बोलते, "आता जयदेवच लग्न झालं. त्याच्या बायकोचं शिक्षण संपलं की, ती परत ह्या देशात येईल. मग 'अक्षर' त्या दोघांच्या स्वाधीन करून आपण इथंच येऊन राहू. दोन खोल्या बांधू. उरलं आयुष्य इथं घालवावं, असं मला फार वाटतं. किती निवांत वाटतं इथं!"

मी आपला ऐकून घेतो.

■

२

खोली : लिहिण्या-वाचण्याची

वयाच्या सतराव्या वर्षी मी लिहायला लागलो. सुरुवातीच्या कथा 'देवा सटवा महार' वगैरे माडगूळच्या घरी कागद भुईवर ठेवून लिहिल्या. माणदेशी माणसांपैकी काही दादरला माधववाडीतल्या खोलीच्या लादीवर. बायकोला रेशनिंग ऑफिसमध्ये नोकरी लागली, तेव्हा तिनं पंधरा रुपयांची एक लाकडी खुर्ची आणि दीड बाय अडीचचं एक टेबल पहिल्या पगारातनं माझ्यासाठी आणून दहा बाय दहाच्या खोलीत मांडलं. लिहायला टेबल लागतं, हे मला तोपर्यंत माहीत नव्हतं.

बावन्न साली पुण्याला आलो. प्रभात रस्त्यावरच्या 'मोहनतारा'त मला अडीच खोल्या मिळाल्या. पुढच्या खोलीत खिडकीशी बसून 'वावटळ', 'बनगरवाडी'चं लेखन झालं. टेबलासमोरच्या खिडकीतून समोरच्या शेतातली विहीर, आंब्याची झाडं, हिरवळ आणि पार पलीकडं निळी-जांभळी हनुमान टेकडी दिसे.

ही जागा सोडून छपन्न साली पुणे-मुंबई रोडला गेलो, तेव्हाही अडीच खोल्याच मिळाल्या. रेल्वेलाईनच्या बाजूची, मागची झोपायची खोली अधिक मोठी होती. माझं लिहायचं टेबल मी इथल्याच खिडकीशी टाकलं. समोर काही फूट पलीकडे, रेल्वे-रूळ होता. त्यापलीकडं शेतकी कॉलेजचं मोकळं रान होतं. रेल्वेगाड्यांचा आणि समोरच्या मुंबई रोडवरच्या ट्रकगाड्यांचा आवाज टाळण्यासाठी मी बहुतेक लेखन रात्री दहानंतर करी. 'तू वेडा कुंभार' हे नाटक, 'सकाळची पाहुणी', 'जांभळाचे दिवस', 'कोऱ्या कागदांची कहाणी'सारख्या कथा तिथं लिहून झाल्या.

'अ क्ष र' हे माझं आत्ताचं घर बांधून सत्तावीस वर्षं झाली. माधवराव आचवलांनी याचं डिझाइन केलं आहे. घरासंबंधीच्या तुमच्या कल्पना कळवा, असं त्यांचं

बडोद्याहून पत्र आल्यावर, घरात एका बाजूला माझी अशी एक प्रशस्त खोली, लिहा-वाचायला आणि चित्र काढायला पाहिजेच, असं मी कळवलं. पूर्व दिशेकडे तोंड करून बांधलेल्या ह्या घरात उत्तरेकडील कोपऱ्यात ही प्रशस्त खोली आहे. दार बंद केलं की, मी घरापासून एकटा होतो.

पूर्वेला, उत्तरेला, दक्षिणेला प्रशस्त खिडक्या असल्यामुळं खोलीचा कोणताही कोपरा अंधारा नाही. ह्या खिडक्यांतून उजेड, वारा आत येतो; तसा प्राजक्ताचा, मोहरल्या आंब्यांचा, चाफ्याचा सुरेख सुगंधही येतो.

माझ्या टेबलासमोरील खिडकीतून गुलमोहराच्या डहाळ्या, बोगनवेल, वाहता रस्ता, मोकळ्या प्लॉटपलीकडच्या इमारतीच्या खिडक्या आणि थोडासा आभाळाचा तुकडा दिसतो. पूर्वी समोर बैठा बंगला होता. अलीकडं अपार्टमेंट झालं आहे. पण अजूनही माझ्या खोलीत उन्हं रांगतात.

पूर्वी माझ्या घराच्या उजव्या बाजूला पेरूच्या गर्द बागा होत्या. काळी शेतं होती. आंबा, सावर, जांभूळ ही झाडं होती. आजही उत्तरेकडच्या मोठ्या खिडकीतून चाफा, प्राजक्त, आंबा, पेरू, रामफळ अशा झाडांचा गच्च हिरवा विस्तार दिसतो. त्यांच्या खोडांवरची ऊन-सावल्यांची कलमकारी दिसते. डहाळ्यांची कुजबुज कानांवर पडते.

बुलबुल, मैना, दयाळ, पोपट, कोकिळ, शिंपी, भारद्वाज अशी अठरापगड जातींची पाखरं घराभोवतीच्या झाडाझुडपांतून सतत हिंडतात. त्यांचे मंजूळ आवाज टेबलाशी बसल्यावर मला ऐकू येतात. आंब्यावरची खार झाडाखाली आलेल्या मांजरावर तोंड टाकत असते, तेही मला ऐकू येतं.

ह्या खोलीच्या दारातून आत आलं की, डाव्या बाजूला पुस्तकांसाठी भिंतभर लाकडी मांड आहे. उभट चौकोनी असे कोनाडे काढून, कुठं कोनाड्याची पाठ पुढं घेऊन, तर कुठं तळ वीतभर पुढं काढून सागवानी फळ्यांच्या या मांडाला एरवी आली असती, ती एकसुरी चाल वारंवार बदलली आहे. रंगीबेरंगी पाठीच्या ह्या कोनाड्यांतून मला फुलदाण्या, क्युरिओ, अँटिक्स मांडता येतात.

फुलात नेक्टर भरला असताना सावरीचं किंवा वडफळं पिकून लालबुंद झाल्यावर वडाचं झाड पक्ष्यांना आवडावं, तसा हा मांड मला आवडतो. यात माझ्या आवडत्या लेखकांची पुस्तकं आहेत. चित्रकारांची चित्रं-चरित्रं आहेत. वेगवेगळे ज्ञानकोश, शब्दकोश आहेत. गॅझेटिअर्स आहेत. पुस्तकं ठेवताना मी काहीही शिस्त पाळलेली नाही. बर्टनच्या शेजारी लोकमान्य टिळक, आगरकर, राजवाडे, कौटिल्याच्या शेजारी तुकाराम, म्हाइंभट, दामोदर कोसांबी, कुंचला आणि लेखणी सारख्याच कौशल्यानं चालवणारा पीटर स्कॉट, प्रेटर, सलीम अली. उपनिषद्संग्रहाशेजारी रायटर्स अॅट वर्कचे सात व्हॉल्यूम्स, काणे यांच्या धर्मशास्त्राच्या इतिहासाला लागून हेन्री डेव्हिड थोरो आणि पांगारकर. त्यांच्याशेजारी भालचंद्र नेमाडे, शेल्लर, मॅक्सवेल,

थर्बर, बर्टन, दोस्तोव्हस्की, आयर्विन स्टोन, बाशम, हरमन हेस, ब्रेख्त, गोविंदराव तळवळकर, ऑर्वेल, मर्ढेकर, जी.ए., गंगाधर गाडगीळ, किपलिंग, विल ड्युरांट, हिरोडोटस, सिसेरो, होमर.

महाराष्ट्रातले, भारतातले आणि देशोदेशीचे लेखक, कवी, नाटककार, विचारवंत, प्रवासी, चित्रकार, शिल्पकार, निसर्गअभ्यासक, तत्त्वज्ञ, समीक्षक, प्राणिशास्त्रज्ञ, पक्षिशास्त्रज्ञ, संशोधक यांचा केवढा तरी स्तब्ध मेळावा ह्या माझ्या खोलीत आहे. शिवाय, ओरिसामधल्या चिल्का सरोवरात स्थलांतरित पक्षी यावेत, तसे पुण्यातील ब्रिटिश लायब्ररी, मॅक्समुल्लर भवनामधून ग्रंथ येत-जात असतातच. कधी व्हर्जिनिया वुल्फ, तर कधी बी. ट्रव्हेन. कधी थेसिगर, तर कधी गुस्ताव्ह क्लीम.

आता समोरच्या रस्त्यावरची रहदारी वाढल्यामुळं धुरोळा खिडकीतून येतो आणि पुस्तकांवर बसतो. मला धूळ रोज झटकावी लागते. हा मांड कुंभारमाश्यांना घरं घालायला आणि पालींना वस्ती करायलाही सोइस्कर आहे. जिंकलेल्या देशातल्या वास्तूंचा जेत्यांनी करावा, तसा कुंभारमाश्यांच्या मातीच्या घरांचा नाश मी निर्घृणपणे करीत आलो आहे. प्राणिशास्त्रावरील पुस्तकांच्या रांगांमागे मला एकवार पालीची चवळीएवढी दोन अंडीही दिसली होती आणि इतिहासपूर्व काळाचे अवशेष मिळावेत, तसा पालीचा एक सांगाडाही सापडला होता. ह्या सरपटणाऱ्या जीवाचा अंत बहुधा ज्ञानाच्या भाराखाली झाला असावा.

मी वेळोवेळी केलेल्या प्रवासाच्या काही दृश्य आठवणीही मांडातल्या कोनाड्यांतून आहेत. बुद्धाचा चकचकीत पितळी मुखवटा – हा मी अबूला भुतानी विक्रेत्याने रस्त्याकडेला मांडलेल्या दुकानातून घेतला. याचा चेहरा मंगोलियन वाटतोच. उभ्या कोनाड्यात ब्रॉन्झचा लक्ष्मी-विष्णूचा अतिशय ललित अशा पोझमधला पुतळा आहे. हा मी मद्रासला मिळवला. दोन किलो वजनाचा ब्रॉन्झचा एक दशभुजा गणपती आहे. ह्याच्या वामांगी शक्तिरूप स्त्री बसलेली आहे, आणि यांची सोंड उजवीकडे वळलेली आहे. हा एकोणीसशे त्रेसष्ट साली मी एका फिरत्या सिंधी अँटिक विक्रेत्याकडून घेतला होता. गणपतीसारखं संपन्न आणि आगळं रूप असलेला आपला दुसरा देव नाहीच.

पेन्सिली, पेनं ठेवायला म्हणून मी एका जाडजूड तांब्याच्या पंचपात्राचा उपयोग करतो. हेही बहुधा दक्षिणेकडच्या कोणा धर्मपरायण माणसाच्या संध्येच्या पळीपंचपात्रांपैकी असावं. याच्यावर सुरेख नक्षीकाम आहे. चार इंच रुंद तोंडाचं आणि चार इंच उंचीचं हे पूजेच्या भांड्यापैकी भांडं माझ्या लेखनाची, रेखाटनाची साधनं – कात्री, डिंकाची ट्यूब, लहान वस्तू मोठी करून दाखवणारं भिंग – असल्या वस्तू सामावून घेण्याइतकं उदार आहे.

माझे मित्र, शिल्पकार भाऊ साठे यांनी खास मला म्हणून भेट दिलेलं एक

बोकडाचं शिल्प आहे. ह्याची उभं राहण्याची ऐट जगज्जेत्याची आहे. ही त्याच्या फनगळ्या शिंगांतून, हातभर दाढीतून, ताठ पायांतून, उडवलेल्या शेपटातून दिसते. हा अजापुत्र कधीही कोणा देवापुढं बळी जाणार नाही, असं वाटतं. बोकडाचं दोंद उठून दिसावं, म्हणून पाठीच्या कण्याला भाऊनं जे वळण दिलं आहे, ते अभिजात आहे. शिल्पकाराची शैली स्वच्छ सांगणारं, असं!

खोलीतल्या उंचावरच्या आडव्या खिडकीच्या फरशीवर मी काही अश्मयुगातील अवजारं, हत्यारं ठेवली आहेत. पुण्याजवळची वेताळ टेकडी आणि पैठणच्या गोदावरी नदीचा काठ हिंडताना मला ही सापडली आहेत. माझ्या लिहायच्या खोलीला या अश्मयुगीन हत्यारांमुळं काही वेगळं परिमाण लाभावं, असा माझा अंतःस्थ हेतू आहे. शिवाय 'खोली' या शब्दाला आणखी एक अर्थ आहे; तोही विसरला जाऊ नये, हे सदैव ध्यानी राहावं.

खोलीत एकच एक जलरंगांतील मोठं निसर्गचित्र आहे. मला हे चित्र फारच मराठी वाटलं, म्हणून श्री. दिवाकर डेंगळे यांच्या चित्रप्रदर्शनात ते विकत घेतलं आहे.

निळ्या-काळ्या पाण्यानं भरलेलं तळं. त्यात गुरं धुण्यासाठी आलेला तांबड्या मुंडाशाचा शेतकरी. पाण्यात शिरलेली गुरं. काठावर शंकराचं देऊळ. उन्हं खात उभा राहिलेला त्याचा कळस. नंदीपाशी झळकफळक लुगड्यांतील बायांची गर्दी. देवळापासून अंतर राखून उभी मुसलमानी तुर्बत. पडकं बांधकाम. दगडी संध्यामठ. इथं-तिथं बाभळी, निंबाची हिरवीगार झाडं. त्यांच्या सावलीत बसलेली दोघं. मागे निळे डोंगर आणि वर ढग भरलं विस्तीर्ण आभाळ. हा महाराष्ट्र!

माझं लिहायचं टेबल चकचकीत, शिसवी रंगाचं आहे. त्यावर बाभळीच्या लाकडातून कोरून केलेला ट्रे. हा कशाला? तर, दुसऱ्या खोलीतून पुस्तकं हाताशी आणायला आणि वाचनात असलेली पुस्तकं हाताशी ठेवायला. हा लायब्ररी-ट्रे, पाचगणीला राहून सुतारकामाची शाळा चालवणाऱ्या एका अमेरिकन माणसानं मला करून दिला आहे. एक बाजू काढून टाकलेल्या लघुरूप पाळण्यासारखा त्याचा कातीव आकार आहे. घरभर पळणारी पुस्तकं पुन्हा जाग्यावर आणायला हा कामाला येतो.

सुरुवातीपासूनच मी शेफरचं वजनदार, सोनेरी टोपणाचं पेन लिहायला वापरतो. आपली शब्दांची ओळ नांगराचा तास जमिनीतून जावा, तशी असावी म्हणून. अद्यापही एक ठोस शेफर माझ्यापाशी आहे.

कागद ठरावीक आकाराचे. सनलिट बाँड. ह्यात दोनशे शब्द मावतात, म्हणून ते वापरतो. कधी कोरे, कधी आखीव.

लिहिताना अडलो की, काळ्या शाईच्या पेननं पांढऱ्या बाँड पेपरवर रेखाटनं करतो. बैठक टिकते.

रात्री निजानीज झाली, म्हणजे माझं लिहिणं सुरू होतं, ते जमेल तिथपर्यंत. पुष्कळदा तीन वाजतात. गृहस्थाला लेखनासाठी हीच एक वेळ उपलब्ध असते, अशी माझी खात्री झाली आहे. ह्या काळात दरवाज्यावरची बेल वाजत नाही. फोन येत नाही.

मी रोज लिहीत नाही. सुचेल, तेव्हा मात्र लागोपाठ बसतो. सगळेच लेखक आळशी असतात. लेखन टाळण्याकडेच त्यांचा कल असतो. माझंही तसंच आहे. कुणाचा जबरदस्त दबाव आला, म्हणजेही मी लिहितो.

अलीकडे मला वाटतं की, लेखन ही फार मेहनतीची गोष्ट आहे. अंदमानात 'कोलू' पिसण्याइतकी.

लिहिताना धूम्रपान, तंबाखू मला पूर्वी लागत असे. आता लिहिणं हा एकच कैफ पुरा असतो.

लहानपणापासूनच आहे, ती लोळता-लोळता वाचण्याची सवय अजून टिकून आहे. ह्या खोलीत एक दिवाण आहे. लोड, उश्या आहेत. बसून, लोळून, या अंगावरून त्या अंगावर होत वाचावं. कंटाळा आला की, छातीवर उघडं पुस्तक ठेवून घोरावं.

लिहायच्या खोलीचा कधीमधी मी स्टुडिओही करतो. फ्रेंच बनावटीचं घडीचं इझेल मी अभ्यासिकेत उभं करतो. हे मी लॉस एंजलिसला घेतलं. त्यावर कॅनव्हास बोर्ड लावतो. लिहा-वाचायची खोली टर्पेंटाईन, लेन्सेड ऑइल्सच्या वासानं भरून जाते. महिना, दोन महिने, तीन महिने... इझेल इथंच खडं असतं. पक्षी, पोर्ट्रेट्स रंगविली जातात.

नवी वाचायची पुस्तकं आली, काही लिहावं – असं डोक्यात आलं की, त्याची घडी होते आणि दुसऱ्या खोलीत रवानगी होते.

कधीमधी गावातले, परगावचे जिवलग मित्र फार दिवसांनी जमतात, तेव्हा हीच खोली मैफलीची होते. हसण्या-खिदळण्यानं, चर्चेनं गाजत राहते.

महदाईसा लखुबाईसांसी महावाक्याचिया गोष्टी करीत असताना श्री चक्रधरस्वामींनी सांगितलं आहे की,–

'महावाक्य गोष्टी रानीवनी कीजेति की गा....'

यावर महदाईसा बोलली, "हो का, जी : चुकलिएं."

पण रानोवनीच कराव्यात, अशा महावाक्य गोष्टीसुद्धा आम्ही मित्र ह्या खोलीतच करतो.

■

३

माणदेशी माणसं

सेहेचाळीस सालापासून मी मासिकांतून कथा लिहीत होतो. अठ्ठेचाळीसला मी बिऱ्हाड-बाजलं उचलून मुंबई ह्या महानगरात आलो. राहायला जागा नव्हती. 'सत्यकथा' मासिकाचे तेव्हाचे सहायक संपादक गजानन रामचंद्र कामत, हे एम.ए.चे विद्यार्थी होते. ते रुईया कॉलेजच्या हॉस्टेलवर राहत. त्यांनी मला आपल्या खोलीत सामावून घेतलं.

सुरुवातीच्या काळात मला फार गुणी माणसं मित्र म्हणून लाभली. संपादक, प्रकाशक, रेडिओतले कार्यक्रम अधिकारी, सिनेमा आणि नाटक ह्या क्षेत्रांतले दिग्दर्शक, लेखक, नट म्हणून नाव असलेले कलावंत, कवी, चित्रकार, शिक्षक असा हा बऱ्याच गुणी लोकांचा मेळावा होता.

सगळेच लेखक आळशी असतात. मुंबईत मला चरितार्थासाठी काही उद्योग सापडला नाही. मी हाती लागेल ते वाचण्यात, झोपण्यात वेळ घालवत होतो. मित्राच्या औदार्यावर आला दिवस मावळत होता.

ग. रा. कामत वारंवार म्हणे, "अरे, काही लिही."

मी म्हणे, "मला काही सुचत नाही."

पण शहरात राहायचं म्हणजे पैसे लागतात. त्यात वयाच्या एकविसाव्या वर्षीच गृहस्थाश्रमी झालो होतो. म्हणजे काही न करता दोघांनी जगणं अवघडच. करता येईल, अशी एक गोष्ट म्हणजे लिहिणं. पण लिहिणं काही सोपं नसतं. फार मेहनत असते; आणि ती टाळण्याकडेच लेखकाचा कल असतो. मला वाटे की, आपण चक्क ट्राम कंडक्टरची नोकरी करावी. हे मनात यायचं कारण म्हणजे, माझ्याबरोबरच गावी वाढलेला माझ्या नात्यातलाच एक वासू होता. तो मला मुंबईत ट्राममध्येच

भेटला. मजेत होता. तो म्हणाला, ''मी तुला नोकरी मिळवून देईन.''

पैसे मिळवण्यासाठी लेखन राबवण्यापेक्षा आपण प्रामाणिकपणे एखादी नोकरी करावी आणि उरल्या वेळात लिहीत राहावं, असं मला वाटे.

कामत वारंवार आठवण करू लागला, तेव्हा खोलीतल्या त्याच्याच टेबलाशी बसून मी 'धर्मा रामोशी' आणि 'शिवा माळी' अशा दोन गोष्टी लिहून पुऱ्या केल्या; अन् सुटीच्या दिवशी त्या कामतपुढं ठेवून म्हणालो, ''अरे, ह्या दोन गोष्टी वाचून बघ. आवडल्या, तर तुझ्या मासिकात छाप आणि मला पैसे दे.''

कामतनं त्या दोन्ही गोष्टी लक्षपूर्वक वाचल्या.

मी गप्प बसून त्याच्या चेहऱ्याकडे पाहत होतो. काही अंदाज आला नाही.

वाचून संपल्यावर तो म्हणाला, ''छान लिहिलं आहेस. पण हे एक-एक असं प्रत्येक महिन्याच्या 'सत्यकथे'त छापण्यापेक्षा सीरिअली आठवड्याच्या आठवड्यास 'मौज' साप्ताहिकात छापावं, असं मला वाटतं. अशाच आणखी काही गोष्टी लिही. आठ, दहा, बारा....''

मी 'हो' म्हणालो; पण नाराजही झालो.

एखादा खड्डा कष्टपूर्वक खोदला की, खड्डा दाखवता येतो; मातीचा ढीग दाखवता येतो. तसं लेखनाचं नाही. सर्जनात्मक कामाचं फळ दाखवणं कठीणच.

कामतच्या टेबलाच्या खणात ही दोन माणसं बरेच दिवस पडून राहिली. तो काही बोलला नाही; मी काही केलं नाही. दिवस जातच राहिले. 'सत्यकथे'चे संपादक श्री. पु. भागवतही एम. ए. करीत होते. समोरच्याच खोलीत राहत होते. कामतांच्या खोलीतही त्यांचं येणं-जाणं होतं.

एकवार मी बाहेरून आलो, तेव्हा टेबलापाशी बसून वाचणारे श्री. पु. दिसले. ते माझ्याच गोष्टी वाचत होते. मला म्हणाले, ''हे फारच छान आहे. आपण 'मौजे'तून क्रमशः प्रसिद्ध करू, दलालांची रेखाटनं टाकू. सबंध सीरिजला नाव काय देऊ या?''

''मी काही विचार केला नाही.''

''करा आणि मला सांगा. आपण ही आगामी सीरिज जाहीर करून टाकू या, ह्या 'मौजे'च्या अंकात.''

मौजेच्या अंकात 'माणदेशी माणसांची' जाहिरात झळकली आणि मी संकटातच पडलो. आता टाळाटाळ अशक्यच. 'मौज' प्रत्येक मंगळवारी निघणार. प्रत्येक मंगळवारी मला एक नवा माणदेशी माणूस शोधावा लागणार.

शोधायला कुठं दूर-दूर भटकावं लागणार नव्हतं. माणदेशातील माझ्या लहान खेडेगावातील घरं, मळे, वाड्यावरच्या वस्त्या हिंडलो. शेजारपाजारची, आठवडा

बाजाराची ठिकाणं धुंडली की, मला माणसंच माणसं भेटणार होती. ह्या माणसांच्या गर्दीतून निवड करणं, एवढं काम मला करावं लागणार होतं.

मुंबईत काही काळ मला घर नव्हतं. 'मौज'ची कचेरी हेच घर. मौज साप्ताहिकाच्या ह्या घरगुती वातावरणात मला कितीतरी गुणिजन भेटले. विश्राम बेडेकर, गंगाधर गाडगीळ, पु. भा. भावे, चित्रकार दलाल, सदानंद रेगे. ह्याआधी मी 'अभिरुचि' मासिकात लिहीत होतो. माझ्या बऱ्याच कथा आणि काही कविताही 'अभिरुची'तून प्रसिद्ध झाल्या होत्या. बडोद्याहून निघणाऱ्या 'अभिरुची'चा काही लेखक परिवार मुंबईला होता. मंगेश विठ्ठल राजाध्यक्ष, पु. शि. रेगे, बा. सी. मर्ढेकर, राजा बढे, चित्रकार द. ग. गोडसे, गोपाळ गुंडो गोखले. माझा ह्यांच्याशीही परिचय झाला. गाठी-भेटी होऊ लागल्या. 'अभिरुची'नं वर्षभरात प्रसिद्ध होणाऱ्या उत्तम कथेला दोनशे रुपयांचं पारितोषिक जाहीर केलं होतं. ते सत्तेचाळीस साली माझ्या 'देवा सटवा महार' ह्या कथेला आणि गंगाधर गाडगीळ यांच्या 'कडू आणि गोड' ह्या कथेला विभागून मिळालं होतं. त्यामुळं 'अभिरुची'च्या लेखक-परिवारात मी ओळखला जाऊ लागलो होतो.

श्री. पु. भागवतांनी लिहा म्हणून सांगितलं. यावर मी माझी मोठी अडचण सांगितली. म्हणालो, ''लिहीत बसायला मला जागा नाही.''

''मौजेच्या ऑफिसमध्ये येत जा. तिथं टेबल, खुर्ची, पंखा, कागद सगळं मिळेल तुम्हाला.''

हे सर्व आणि दुपारचा चहाही मौजेत मला मिळायला लागला.

आठवड्याला एक – असं माणदेशी माणूस 'मौजे'तून मधल्या पानावर प्रसिद्ध होऊ लागलं, दलालांच्या सुंदर रेखाटनांसह.

'माणदेशी माणसं' लिहीत होतो, तेव्हा माझं वय एकवीस वर्षांचं होतं. ह्या आधीची बरीच वर्षे मी माणदेशातील माझ्या खेडेगावी म्हणजे माडगूळ ह्या गावीच काढली होती. दीड-दोन हजार लोकवस्तीचं गाव. इथलं जीवन इतकं खडतर की, एकमेकांना धरून चाललं, तरच जीवनाची वाटचाल सुकर होई.

आधी हा संस्थानी मुलूख. औंध संस्थानचं सगळं उत्पन्न तीन लाख. एवढ्या तुटपुंज्या उत्पन्नावर सगळा कारभार चालवावा लागे. प्रजाजनांना रोजगार उत्पन्न करून देण्याची ताकद शासनापाशी नव्हती. शेती, मोलमजुरी ह्यांवरच गाव चाले. वीज नव्हती. विहिरी फार नव्हत्या. पाऊसकाळ बेताचा. वाहतुकीचं साधन म्हणजे उपनिषद् काळापासून चालत आलेली बैलगाडी आणि घोडा. माझी बहीण सासरच्या गावाहून माहेरला यायची, ती घोड्यावरून. आम्ही पंढरपूरच्या यात्रेला तीस मैल जायचो बैलगाडीतून. इतर वाहनं दुर्लभ आणि दुर्मीळ. सर्वांत भरवशाचं, केव्हाही

उपलब्ध वाहन म्हणजे पाय. गावात गिरण उशिरा आली. धान्य घरोघरी जात्यावर दळलं जाई. गावात वाण्याचं एकमेव दुकानही उशिराच आलं. त्या आधी, पाच मैलांवर असलेल्या तालुक्याहून बाजाराच्या दिवशी मीठ-मिरची, तेल-पीठ, कापड-चोपड आणावं लागे. काड्याची पेटीसुद्धा गावात मिळत नसे. विस्तू दुसऱ्याच्या घरातनं आणावा लागे. दिवाही दुसऱ्याच्या घरातून पेटवून आणावा लागे. गावाला शिंपी नव्हता. कपडे तालुक्याहून शिवून आणावे लागत. वाण्याचं दुकान आल्यावरही बरेच दिवस वैरणीच्या चार पेंड्या घालून त्या बदली गिऱ्हाईक चहाची पूड मागे. 'बार्टर' पद्धत काही वर्षं चालू होती. पिण्याचं पाणी विहिरी-ओढ्यावरून आणावं लागे. विहिरीवर मोटा होत्या, पाणी खेचण्याची इंजिनं नव्हती. गावचं टपाल घेऊन पोस्टाचा रनर तालुक्याहून कधी-कधी येई. गावाला चावडी होती. पाटील, कुलकर्णी, चौगुले, तराळ, नाईक आणि गावातल्या शहाण्या वृद्धांची गावपंचायत. त्यावर गावगाडा चालत असे.

मी लहानपणी पाहिलेलं गाव हे असं होतं, आणि पुढं मी गाव सोडेपर्यंत त्यात फार बदल झाला नव्हता.

तो 'धर्मा रामोशी'मधला म्हातारा रामोशी, माझ्या घरासमोरच दोनशे पावलांवर झोपडी घालून राहत होता. त्याची बजा आमचं दळण दळायची. धर्माला दिलेलं धोतर बजाच्या अंगावर मी पाहिलेलंच होतं.

माझ्या तालुक्याच्या हायस्कुलात तो 'शिवा माळी' मी पाहिला.

मैलावर आकडे घालायचं काम मी मोलानं करीत होतो, तेव्हा तो 'रामा मैलकुली' भेटला.

निंबवडे गावच्या शाळेत सातवी पास झाल्यावर मी सहा महिने दीर्घकाळ रजेवर गेलेल्या शिक्षकाच्या बदली-जागेवर नोकरी केली, त्या वेळी मला 'झेल्या' भेटला.

'कोंडिबा गायकवाड' माझ्या आजोळी पाहिलेला.

अभ्यासासाठी तालुक्याच्या गावी एक जुनी खोली भाड्यानं घेतली, तेव्हा तिथं 'तांबोळ्याची खाला' माझी शेजारीण होती. माझ्या गावाहून तालुक्याला पाच मैल रपेट करावी लागे. ह्या वाटेवर मुलाण्याचा 'बकस' भेटला.

'बाबाखान दरवेशी' सुगी साधून दर वर्षी गावी यायचा. तो 'रघू कारकून', तो 'गणा महार', तो 'नानामास्तर', तो 'नरसू तेली' – सगळी माणसं माझ्या माहितीचीच होती. ती 'माणदेशी माणसं' ह्या पुस्तकातल्या पानांत आहेत आणि इतर माझ्या पुस्तकांतूनही विखुरलेली आहेत.

ह्या माणसांचं दिसणं, वागणं, चालणं, बोलणं हे माझ्या इतक्या माहितीचं होतं की, ह्यांपैकी कोणी अमक्या ठिकाणी गेलं, तिथं तमुक घडलं तर तो काय म्हणेल, काय कृती करेल, हे मी प्रत्यक्षात घडल्यासारखं सांगू शकेन, लिहू शकेन, याचा

मला भरवसा होता.

'माणदेशी माणसं' ह्या पुस्तकातली काही माणसं अठ्ठेचाळीस साली 'मौजे'त प्रसिद्ध झाली. काही बाहेर प्रसिद्ध झाली आणि पुस्तक प्रसिद्ध व्हायच्या वेळेला उत्सवाला जमा व्हावीत, तशी एकत्र जमली. पहिली आवृत्ती एकोणपन्नास साली अभिनव प्रकाशननं प्रकाशित केली. ह्या आवृत्तीत 'गोकुळा' आणि 'कमळी' ह्या दोन बाया होत्या. पुढं पुस्तक अभ्यासासाठी पी.डी.ला लागलं, तेव्हा ह्या दोन स्त्रिया प्रकाशकांनी वजा केल्या. त्या माझ्या दुसऱ्या कथासंग्रहाकडे निघून गेल्या. पुस्तक प्रसिद्ध झालं आणि त्याचा बोलबोला झाला.

चरितार्थासाठी पैसे मिळवणं, ही माझी गरज होती. मला लिहायला येत होतं. मग मी ताईमाईच्या गोड-गोड गोष्टी, लैंगिक चेतावण्या देणाऱ्या गोष्टी, रंजक रहस्यकथा, भूतकथा का नाही लिहिल्या? वर्तमानपत्रासाठी का नाही लिहिलं?

मला जीवनाशी संबद्ध असं लिहायचं होतं. माणदेश ह्या प्रदेशातले लोक कसे जगतात, काय विचार करतात, काय भोगतात, काय उपभोगतात – हे मला अनुभवाशी प्रामाणिक राहून सांगायचं होतं.

ह्या माणसांची जगण्याची दुर्दम्य इच्छा, कुठल्याही परिस्थितीत पाय रोवून आला दिवस सुख-दु:खासह स्वीकारण्याची त्यांची उमेद, न्यायबुद्धी, चांगल्या-वाईटाबद्दलच वैयक्तिक विधिनिषेध यांचं दर्शन घडवायचं होतं.

आपण भाषिक कृती करायची, तर हीच; दुसरी काही नाही, असं ठाम वाटून मी माणदेशी माणसांकडे वळलो. लिहिणं हा गंभीरपणे करण्याचा सांस्कृतिक व्यवहार आहे, हे भान मला त्या वयातही होतं.

'मौजे'तून 'माणदेशी माणसं' क्रमश: प्रसिद्ध झाली. वाचकांना आवडली. त्याचं पुस्तक व्हावं, यासाठी आपण काही प्रयत्न करावा, असं मला वाटत असतानाच मराठीतले एक प्रसिद्ध प्रकाशक मला भेटले.

म्हणाले, "हे पुस्तक मला काढायचं आहे."

"काढा. आनंद आहे."

"पानाला दोन रुपये असा मोबदला मी देईन."

"मान्य."

"कात्रणं तुमच्याकडे असतीलच. ती मला पाठवून द्या."

"बरं."

कात्रणं पाठवताना मी पत्रात उल्लेख केला की, आपला जो लेखन मोबदला ठरलेला आहे, त्यापैकी काही रक्कम मला 'विसार' म्हणून पाठवा.

उत्तर आलं :

'विसार देण्याची माझी पद्धत नाही. पुस्तक प्रसिद्ध झाल्यावर तीन हप्त्यानं मिळतील.'

मी परत लिहिलं, 'तुमची पद्धत नाही, हे मान्य आहे; पण तूर्त तरी केवळ लेखनावर चरितार्थ चालवू म्हणणारा लेखक आहे. पद्धतीला मुरड घालून विसार धाडावा. आभारी होईन.'

ह्यावर स्पष्ट उत्तर आलं :

'विसार देण्याची माझी पद्धत नाही.'

मी कळवलं :

'विसार घेतल्याशिवाय पुस्तक देण्याची माझीही पद्धत नाही. हा व्यवहार रद्द झाला आहे, असं समजावं.'

पहिल्याच पुस्तकाच्या वेळी मला हा अनुभव आला, म्हणून वाईट वाटलं. पण असे रट्टेही लेखकाला मिळायला हवेत. त्यानं अंगी घट्टपणा येतो.

'माणदेशी माणसं' हे पुस्तक वयाची चाळिशी गाठेल, त्याची गणना मराठीतील साहित्यलेण्यांत होईल, असं मात्र मला वाटलं नव्हतं.

काही पुस्तकं लेखकाला चकवून मोठी होतात, हेच खरं.

४

चरित्र : एका कादंबरीचं

आटपाडी हे माणदेशातलं तालुक्याचं गाव. काही वर्षं आम्ही ह्या गावी होतो. बाजारपेठ हा एकच बरा रस्ता गावात होता. दुतर्फा लहानच, पण नाना दुकानं होती. वाण्यांची, स्टेशनरी मालाची, कापडाची, मिठाईची, तांबोळ्यांची. मधेच तेल्याचा घाणा, मधेच सार्वजनिक वाचनालय, म्हसोबाचं तांबड्या मूर्तीचं देऊळ, मग शिलाई होणारं शिंप्याचं दुकान. मग मिडलस्कूलची इमारत, त्याच्या शेजारी सूर्योपासना मंदिर. उभ्या मारुतीचं देऊळ. ग्रामपंचायतीची दुमजली इमारत. पलीकडं पत्र्याची हॉटेलं. आठवडा-बाजारासाठी घातलेले ओटे. उघड्या भाज्या, फळं, धान्य विकणारे विक्रेते.

रस्ता अरुंद, पण गजबजलेला – माणसांनी, येणाऱ्या-जाणाऱ्या बैलगाड्या, छकडे, घोडी अशा वाहनांनी. इथून जाताना नाना आवाज येत. नाना रंग, आकार दिसत. नाना वास येत. तेलाचा वास, गुळाचा वास, रॉकेलचा वास. सांडपाण्याचा, उघड्या गटाराचा वास.

सकाळी दहा-साडेदहाची वेळ. काही काम नाही. सहज बाजारपेठेतून चक्कर टाकावी, म्हणून मी बाहेर पडलो होतो.

विरुद्ध दिशेनं देशमुखमास्तर येताना दिसले. हे औंध संस्थानातील शाळा खात्यातले मोठे अधिकारी. हुशार, सज्जन, कार्यक्षम म्हणून नावाजलेले. डोक्यावर गांधी टोपी. अंगात शर्ट, खादीचा कोट, खाली सोगा सोडलेलं धोतर, पायांत चपला.

मला बघून ओळखीचं हसले. मी खाली मान घालून चार पावलं पुढं गेलो. शिक्षक पाहिला की, भीतीच वाटायची. त्यात हे शिक्षकांनाही जरबेत ठेवणारे

अधिकारी. मग ह्यांना किती भ्यावं?

तेवढ्यात हाक आली : "अरे, व्यंका...."

मी थांबलो.

जवळ आले.

"तू व्ह. फा. झालास, म्हणे?"

"हो...."

व्हर्नाक्युलर फायनल नावाची मराठी सातवीची परीक्षा मी नुकतीच पंढरपूर ह्या परीक्षा केंद्राच्या गावी जाऊन दिली होती. निकाल लागला होता. शिक्षकांनी वर्तवलेलं ठाम भविष्य खोटं पाडून मी चांगल्या मार्कांनं व्ह. फा. पास झालो होतो. (लाळेमास्तर म्हणाले होते, तू ह्या जन्मात व्ह. फा. होणार नाहीस.)

देशमुखांनी विचारलं, "मास्तर होतोस का?"

ही गोष्ट एकोणीसशे एक्केचाळीसची. म्हणजे मी वयानं चवदा वर्षांचा होतो. खेड्यातल्या ब्राह्मण कुटुंबातला मुलगा नोकरी करायचा म्हणजे मास्तरची, कारकुनाची पोस्टमनची किंवा आडहत्यारी पोलिसाची. माझ्या डोक्यात कधी मास्तर व्हावं, असं आजवर तरी आलेलं नव्हतं. पण देशमुख मास्तरांसारखे मोठे गृहस्थ विचारताहेत, नाही कसं म्हणायचं? उद्धटपणाचं दिसेल, असं वाटून मी म्हणालो, "हो."

"आमचे निंबवड्याचे शिक्षक दीर्घ मुदतीच्या रजेवर गेलेत. तिथं बदली शिक्षक पाहिजे आम्हाला. बघ – हो म्हणशील, तर ती नेमणूकपत्र देतो तुला."

निंबवडं आटपाडीपासून सात-आठ मैलांवर होतं. मी तिथं कधी गेलो नव्हतो. पण पंचक्रोशीजवळचं गाव असल्यामुळं कुठं तरी परदेशी गेलो, असं वाटलं नसतं.

ही शाळा एकशिक्षकी, जेमतेम मूठभर मुलं जमवणारी अशीच असणार. संस्थानातल्या बऱ्याच खेड्यांत आणि वाड्यांत अशाच शाळा होत्या.

देशमुखमास्तरांनी नेमणुकीचं पत्र दिलं. आईनं जरूर तेवढी भांडी, अंथरूण-पांघरूण, तिखट-मीठ, फोडणीचं साहित्य, पीठ असं काहीबाही दिलं आणि ते ओझं डोक्यावर घेऊन एक भल्या सकाळी मी निंबवड्याची वाट धरली. वाट माहीत नव्हती. पण म्हटलं, विचारत-विचारत जाऊ. रानात गुरं राखणारी पोरं भेटतात, मेंढरं राखणारा धनगर भेटतो. कुठं तरी रानात वस्ती असते. काम करणारा शेतकरी, वाटेचा वाटसरू – कोणीही रस्ता दाखवतं.

निंबवड्याचं रूप माणदेशातील चार गबाळ्या खेड्यांपेक्षा वेगळं नव्हतं. जुनीपानी धाब्याची घरं, काडानं शेकारलेल्या झोपड्या, खिंडारं, खिळगे, दगड, लाकडं, धूळ, म्हशी, शेरडं, कोंबड्या, कुत्री, उकिरडे, वाहतं आणि साठलेलं सांडपाणी, चार

कडुनिंबाची झाडं, एखादी-दुसरी पिंपरण, एक पिंपळ, एक वड, कावळे, चिमण्या, साळुंख्या.

वैरणीच्या गंजी, अंगणात वाळत घातलेल्या वाकळा, कुठं तांबड्या मिरच्यांचं वाळवण, पालथ्या पत्री मोटा, सोडलेल्या बैलगाड्या, चरणारी गरीब गाढवं... खिळग्यांवर वाळत घातलेली हिरवी-तांबडी लुगडी, खणाच्या चोळ्या. शेणाचा, तिखट कांद्यांचा, धुराचा वास. उंच, पातळ स्वरातलं संभाषण, पोरांचं रडगाणं.

बंद कवाडं, मोकळ्या निवांत पडव्या.

काही वर्षं शिक्षकाचीच नोकरी करणाऱ्या माझ्या वडील बंधूंनी 'गावात अमक्याच्या घरी जा, तमक्याला भेट', असं सांगितलं होतं.

शाळा म्हणजे, पडक्या वाड्यातले काटकोनातले दोन कडीपाट सोपे होते. कोनाडे, खुंट्या आणि कडीपाट असलेले. जुन्या दरवाज्याला कुलूप घातलं की, गाढवं-गुरं आत जाऊन सावलीला बसायची अडत. रात्री कधी चुकार कोंबड्या उडून आत जात आणि कोनाड्यात बसून अंडं घालत. अंगणात पाण्याचा आड होता; पण त्याला उन्हाळ्यात पाणी नसे.

आडाशेजारी डाळिंबाचं जुनं झाड होतं. त्यावर फक्त लाल फुलं दिसत. फुलाचं फळ झालेलं मी कधी पाहिलं नाही.

शाळामास्तराचं जीवन मला निंबवड्यात जगायला मिळालं. ह्याचा मला पुढं कादंबरीसाठी उपयोग होईल, माणदेशी माणसांतला झेल्या मला इथं मिळेल, असं कधी वाटलं नाही. मी कधी लेखक होईन, असंही वाटलं नव्हतं.

लेखनाकडं वळायला अनेक गोष्टी कारण होत असाव्यात. त्यांतलं एक कारण म्हणजे, आजूबाजूचे लोक. हे आपलं उणंदुणं काढतात आणि सारखं हिणवतात – आता तुझ्या हातून नाव होण्याजोगं काही होणार नाही; तू खायला कहार आणि धरणीला भार आहेस.

मी उनाड होतोच. शिक्षणाकडं लक्ष नव्हतं. खेळ, रानावनांत भटकणं... मिसळू नये, अशा सवंगड्यांत मिसळून, साधारणत: भल्या माणसाच्या घरात जन्मलेल्या पोरानं करू नयेत, असे उद्योग मी करी. हे सगळे उद्योग वांड पोरानं करावेत असेच होते. त्यात हायस्कूलमध्ये असतानाच मी शाळा सोडली आणि चळवळीत गेलो. घरीदारी काही न सांगता दोन-तीन वर्षं भटकण्यात घालवली. त्यामुळं जवळचे, नात्यागोत्यांतले लोक म्हणायला लागले की, हे पोर वाया गेलं. ह्याच्या हातून आता काही होणं कठीण आहे.

आता मला वाटतं, ह्या लोकांना उत्तर देण्यासाठीही मी लेखनाकडं वळलो.

निंबवड्याची माझी नोकरी मी किती काळ केली, हे आता माझ्या नेमकं ध्यानात नाही. जुना पत्रव्यवहार, कागद, चित्रं, फोटो जपून ठेवणं आपल्याला माहीत नसतं. त्यात म. गांधींच्या मृत्यूनंतर खेड्यापाड्यांतून झालेल्या जाळपोळीत आमचं माडगूळचं घर जळालं. त्यात घरातली सगळी कागदपत्रे जळून गेली. विनोबांनी आपली शैक्षणिक सर्टिफिकिटं, निर्माल्याप्रमाणं नदीत विचारपूर्वक सोडली. मला शैक्षणिक काळात मिळालेली चित्रकलेसाठीची दोन आणि व्ह. फा.चं एक – अशी तिन्ही सर्टिफिकिटं जाळपोळीत राख झाली. त्यामुळं शिक्षणाबद्दलचा काही पुरावा माझ्याकडे राहिलेला नाही.

काही वर्षांमागं मी कराडमार्गे एस. टी. बसनं माडगूळला गेलो. ही बस निंबवड्यावरून जाते, हे मला माहीत नव्हतं. आजचं बदललेलं निंबवडं बघून मी चकित झालो. माझ्या आठवणीतलं निंबवडं आता प्रत्यक्षात राहिलेलं नाही. तिथली मेंढरं, तिथली माणसं, तिथली घरं, तिथला अंधार, तिथली ऊब माझ्यापुरती नाहीशी झाली आहे.

माझे वडीलबंधू आटपाडीपासून आठ-एक मैल दूर असलेल्या लेंगरवाडी ह्या धनगराच्या गावी काही वर्षं शिक्षक होते. हीसुद्धा एकशिक्षकी शाळाच होती. सुट्टीच्या दिवशी ते घरी येत. पुष्कळ वेळा माझी आई दशम्या पोहोचवण्यासाठी मला लेंगरवाडीला धाडी. लेंगरवाडीची एकाकी वाट तुडवीत मी जाई.

भाऊ मला म्हणत, "आता कुठं लगेच माघारी जातोस? राहा दोन दिवस. शनिवारी सकाळची शाळा करून आपण दोघंही परत जाऊ."

त्यांच्या खोलीत मी राहत असे. संध्याकाळी चरून गावाकडं येणारी मेंढरांची खांडं पाहत-ऐकत असे. रात्री चावडी-देवळापुढं अंधारात होणाऱ्या धनगरांच्या गप्पा ऐकत असे. माझा भाऊ चांगलाच गोष्टीवेल्हाळ आहे. रात्री अंथरुणावर पडल्या-पडल्या ह्या गावातल्या अनेक गोष्टी अतिशय रसाळ भाषेत तो मला ऐकवी. लेंगरवाडीहून परत आटपाडीच्या घरी येतानाही वाट ओसरावी, उन्हाचा आणि चालण्याचा ताप जाणवू नये, म्हणूनही तो मला शाळेतल्या गोष्टी सांगे. हे सगळं 'बनगरवाडी' लिहिताना उपयोगी पडलं आहे.

कधी तरी अनुभवलेले प्रसंग, ऐकलेलं संभाषण, पाहिलेली व्यक्ती, वास, रंग, आकार, स्पर्श, ध्वनी ह्यांचे तुकडे जुळून येतात आणि त्यांतून एक देखणा आकार जन्माला येतो. हा चमत्कारच असतो.

माझे वडील मुरा गुरवाची गोष्ट सांगायचे. त्यांच्या तरुण वयात घडलेली. गावातल्या गुरवाचं नाव मुरा. गावच्या मध्यभागी असलेल्या मारुतीच्या देवळाला

लागून त्याचं लहानसं घर होतं. घरापुढं बेलाचं झाड होतं. परसदारी फुलझाडं होती. गावातलं मारुतीचं देऊळ म्हणजे चांगली इमारत होती. गाभारा ऐसपैस होता. वर कडीपाटाची तक्तपोशी होती. गिलावा केलेल्या भिंतीवर कोणा कसबी चित्रकारानं देवादिकांची सुरेख चित्रं रंगवलेली होती. देवळात पोथ्या-पुराणांचं वाचन होई. भजन-कीर्तन होई. मारुती-जन्माचा सोहळा होई. पाडव्याला निंब खाण्यासाठी उभा गाव मारुतीच्या देवळात जमा होई. कोणी साधू, संत गावात आला, म्हणजे त्याची उतरण्याची सोय देवळात होई. रोज संध्याकाळी गावातली माणसं देवळातच घटकाभर बसून एकमेकांशी बोलत. रात्री झोपायलाही काही माणसं देवळाकडं येत. देऊळ हे गावातलं फार महत्त्वाचं सांस्कृतिक मंदिर होतं आणि मुरा गुरवाकडं मारुतीची पूजा-अर्चा, नैवेद्य, नारळ, झाडलोट-सारवण असल्यामुळं त्याला गावात मान होता.

मुरा गुरव सणाच्या दिवशी गावकऱ्यांना पत्रावळी द्यायचा. ह्या वडाच्या पानांच्या असत. त्यामुळं गावातल्या महत्त्वाच्या घरी त्याचं जाणं-येणं होई.

मुरा गुरव भला माणूस होता. भांडणतंटा, चोरी-चहाडी, व्यसनं, शिंदळकी असल्या कशाही गोष्टींत तो नव्हता. चोख, सरळमार्गी माणूस. होता होईल तेवढी मदत दुसऱ्याला करणारा. स्पष्ट बोलणारा.

एके दिवशी रात्री त्याला चमत्कारिक स्वप्न पडलं. सकाळी मारुतीची पूजा-अर्चा झाल्यावर हा दिवसभर घरोघरी हिंडला आणि त्यानं लोभातल्या लोकांचा निरोप घेतला.

"अप्पा, काय उणं-दुणं माझ्याकडनं घडलं असलं, तर माफी करा. मी आता चाललो."

"कुठं चाललास मुरा? कधी माघारी यायचास?"

"आता माघारी येणं नाही, अप्पा. मला वरचं बोलावणं आलंय."

"म्हणजे रं?"

"काल राती बगा... पहाटं-पहाटं एक मळवट भरल्याली, केसं मोकळं सोडल्याली, हिरवं लुगडं आणि लाल खणाची चोळी लेल्याली बाई सपनात आली. मला म्हणाली – मुरा, चल माझ्यासंगट, तयारी कर. एवढं बोलली आन् मी जागा झालो. अप्पा, माजं भरलं आता. रामराम!" असं सांगत मुरा गुरव त्या दिवशी गावभर हिंडला.

त्याचं बोलणं कुणी फारसं मनावर घेतलं नाही. समजूत काढली.

"असं नसतं मुरा. हरेक सपन खरं हुतंच, असं न्हाई. तुला देवीनं दर्शन दिलं, समज. इथनं पुढं तुजं भलंच होईल."

पण मुराची समजूत निघाली नाही. त्यानं सगळ्या लोभाच्या माणसांचा

अखेरचा निरोप घेतला.

– आणि रात्री अचानकपणे ढाळ-वांत्या होऊन दिवस उगवायला म्हातारा मुरा गुरव मरून गेला.

चांगल्या कळत्या वयामध्ये माझ्या वडिलांनी मुरा गुरवाला पाहिला होता. त्याचं विलक्षण मरण पाहिलं होतं. त्यामुळं तपशिलानं हा प्रसंग ते सांगत.

दहा-बारा वर्षांच्या वयात वडिलांच्या तोंडून ऐकलेला मुरा गुरवाचा मृत्यू माझ्या मनात खोल असा राहिलेला होता. मुराच्या पद्धतीनं 'बनगरवाडी'तील कारभारी मरून गेला.

मी त्रेचाळीस सालच्या सुमारास गावी राहिलो होतो, तेव्हा आमच्या घरासमोरच्या रस्त्यापलीकडे असलेल्या उजाड, पडक्या घरात एक जोडपं राहायला आलं. इतके दिवस हे जोडपं कुठं, कोणत्या गावी राहायला होतं, कोण जाणे. बाई भली सासनकाठीसारखी उंच, रोडकी, रंगानं गर्द काळी होती आणि विलक्षण कष्टाळू अन् अबोल होती. हिनं आणि नवऱ्यानं खूप खपून घराच्या ढासळलेल्या भिंती स्वत:च बांधून काढलेल्या मी पाहिल्या. दोघंच माती आणत, चिखल तुडवत. भेंडे घालत. भिंती नवरा बांधी, बायको त्याच्या हातांखाली काम करी.

माझ्या घराच्या उजव्या बाजूला सळनळीत अंगकाठीचा, आखूड धोतर नेसणारा आणि गबाळा पटका डोईला बांधणारा, खालचा ओठ लोंबता असलेला कोणी गरीब शेतकरी होता. हा आणि ती कष्टाळू काळी बाई म्हणजे 'बनगरवाडी'तील शेकू आणि त्याच्यापेक्षा मुंडा हात उंच अशी त्याची घरवाली आहे. मला वाटतं, माझ्या बाईआजीचेही काही गुण मी शेकूच्या बायकोला दिले आहेत आणि त्या बाळा बनगरात थोडासा मीही मिसळलो आहे.

अगदी परवा-परवा, बऱ्याच वर्षांनी मी लेंगरवाडी हे गाव पुन्हा पाहिलं. त्याचा चेहरामोहरा आता बदलून गेला आहे. मातीच्या भिंती आणि काडाची छपरं असलेल्या घरांऐवजी आता सिमेंट-विटांची घरं झाली आहेत. कुठं मंगलोरी कौलांची तांबडी छपरंही दिसतात. नाही म्हणायला, पोरसवदा मास्तरला जिथं बालट्या भेटला, तो पार आणि त्यावरचा निंब अजूनही आहे. एखादा वृक्ष आपण लावला आणि जोपासला, तर आपल्या बऱ्या-वाईट कृत्यांपेक्षाही तो अधिक वर्षं राहतो, हे खरं. ती तालीमही अद्याप तशीच होती.

माझ्याबरोबर लेंगरवाडीतले एक कर्तबगार शेतकरी होते. गावातलं लहानसं मारुतीचं देऊळ दाखवून ते म्हणाले, "आमचा म्हातारा सांगायचा, माडगूळला प्लेग झाला. गाव फुटलं. तेव्हा तुमचे आजोबा, तुमचे वडील आणि आई ह्या देवळात काही महिने राहिली होती."

मघा मी पायांतलं काढून मारुतीला नमस्कार केला होता. ही आठवण ऐकल्यावर आत गेलो आणि ते एवढंसं देऊळ आतून पाहून घेतलं. भिंतींना स्पर्श केला.

बनगरवाडी ही लहानशी कादंबरी 'मौजे'च्या चोपन्न सालच्या दिवाळी अंकात प्रसिद्ध झाली. तेव्हाच्या पद्धतीप्रमाणं वाचकांना ती आवडल्याची पत्रं आली. विशेष म्हणजे, डॉ. इरावतीबाई कर्वे ह्यांचं कार्ड आलं. त्यात त्यांनी म्हटलं होतं, 'बनगरवाडी इंग्रजीत करून प्रसिद्ध करा. तुम्हाला परदेशांतही नाव मिळेल.'

'बनगरवाडी' पुस्तकरूपानं प्रसिद्ध होताच पंचावन्न डिसेंबरच्या 'नवभारत' मासिकात प्रा. त्र्यं. शं. शेजवलकर यांचं 'कथावाङ्मयातील एक उच्चांक' हे समीक्षण प्रसिद्ध झालं.

> 'काळाच्या ओघात मागे पडलेला हा मेंढपाळवर्ग महाराष्ट्राच्या संस्कृतीचे एक मूळ अंग आहे. ह्या अंगाच्या कदाचित आता मरू घातलेल्या शेवटच्या पिढीचा हा इतिहास वर्णरूपाने माडगूळकरांनी संग्रहित केला आहे. तो प्रतिनिधिभूत वठल्यामुळे वाङ्मयात चिरस्थायी व्हावा, अशी कल्पना आहे.
>
> 'माडगूळकरांसारखे स्थानिक जनतेशी भाषेतून समरस झालेले स्वप्रदेशाभिमानी लेखक पुढे येतील, तर महाराष्ट्रेतिहासाला जिवंत केल्याचे श्रेय त्यांना मिळेल. कारण लोकांचा इतिहास, समाजातील अगदी खालच्या स्तरांचा चित्रेतिहास, हाच हिंदी जनतेचा खराखुरा इतिहास होय.
>
> राजवंशाचा इतिहास हा जनतेवर चरणाऱ्यांचा इतिहास, तो खरा इतिहास नव्हे. मात्र ही गोष्ट कोणा लेखकाने माडगूळकरांचे अनुकरण, नक्कल करून साध्य होण्यासारखी नाही. त्याला मूळचाच पिंड त्याच्यासारखा स्वाभाविकपणेच तयार झालेला असला पाहिजे. जातिवंत स्वदेशाभिमान्यांचे हे काम आहे. शिक्षणाचा येथे काहीही उपयोग नाही व हे काम येरागबाळ्याचे नाही.'

'बनगरवाडी' लिहिण्याआधी ज्यांना आता ग्रामीण म्हणून ओळखतात, अशा काही कथा मी लिहिल्या होत्या. कादंबरी कशी लिहावी, हे मला माहीत नव्हतं. ह्याबाबतचं माझं भांडवल म्हणजे वाचन. बऱ्याच मराठी आणि काही इंग्रजी, काही इतर भाषांतून मराठीत भाषांतरित झालेल्या कादंबऱ्या वाचल्या होत्या.

'मौजे'चे संपादक श्री. पु. भागवत ह्यांनी वारंवार पत्रं पाठवून मला कादंबरी

लिहायला लावली. दोन वह्या मी लिहिल्या; पण आपण वाट चुकलो तर नाही ना, असंच वाटत राहिलं.

'मौजे'चे सहसंपादक आणि माझे मित्र ग. रा. कामत पुण्याला एकवार इराण्याच्या हॉटेलमध्ये भेटलो. चहाचे कप पुढं आणि बोटांत सिगारेटी धरून बरंच बोललो. मी जे काही लिहिलं होतं, ते कामताला सांगितलं आणि म्हणालो, ''मी एवढं लिहिलं आहे. पुढं कुठं, कसं जायचं; कळत नाही. शेवट सुचत नाही.''

कामत म्हणाला, ''व्यंकटेश – अरे, ह्यालाच 'कादंबरी' म्हणतात. तू असाच पुढं लिहीत राहा. शेवट येईल.''

– आणि खरोखरच तसंच झालं. आधी काही आखणी केली नव्हती, तरी अचानक दुष्काळ आला. पाऊस पडला नाही. सगळं गाव उठून जगायला बाहेर पडलं.

'मौज' दिवाळी अंकात प्रसिद्ध झालेली 'बनगरवाडी' नंतर पंचावन्न सप्टेंबरमध्ये पुस्तकरूपानं प्रसिद्ध झाली.

'बनगरवाडी'च्या वाट्याला खूप कौतुक आलं. अठ्ठावन्न साली महाराष्ट्र सरकारचं पहिलं पारितोषिक मिळालं. पुस्तकाला मिळालेली पारितोषिकं लेखकांना समारंभपूर्वक देण्याची पद्धत सुरुवातीच्या काळात पडलेली नव्हती. शेतकऱ्याला तगाई द्यावी, तशीच पारितोषिकाची रोख रक्कम शिक्षण खात्याच्या कचेरीत दिली जाई; पण ह्या पारितोषिकांना खूप मोल होतं.

माझ्यापाशी वडीलबंधूंकडून आलेलं कार्ड अजून आहे. सुंदर अक्षरांत लिहिलेल्या ह्या कार्डाचा मजकूर असा आहे :

१९-३-५८

अनेक आशीर्वाद,

'बनगरवाडी'ला बक्षीस मिळाल्याचे आज वृत्तपत्रातून प्रकाशित झाले आहे. तुझ्या यशाने माडगूळकरांचे घराणेच उजेडात आले आहे. ईश्वर तुला उदंड आयुष्य देवो. तुझ्या ग्रंथांना जागतिक प्रतिष्ठा लाभो, हे आशीर्वाद.

अण्णा

श्री. राम देशमुख ह्यांना 'बनगरवाडी' आवडली. तिचं त्यांनी इंग्रजीत भाषांतर केलं. आमच्या चर्चा झाल्या. सगळ्यांत अवघड होतं, नाव ठेवणं. ते लवकर सुचलं, रुचलं नाही. मराठीच्या बाबतीत मी ह्या कोड्यात अडकलोच नव्हतो. आधी वाटलं होतं, ज्या गावावरून ही कादंबरी सुचली, त्या गावाचंच नाव द्यावं –

लेंगरवाडी. लेंगरे आडनावाचे धनगर ह्या वाडीत होते. ऐनवेळी हे नाव बदलून बनगरवाडी ठेवलं. ह्या नावाचीही एक लहान वाडी माणदेशात आहे, बंडगर आडनाव असलेल्या धनगरांची.

देशमुखांनाही बरीच नावं सुचली. त्यांपैकी एक मला आठवतं – 'बा, बा, ब्लॅक शीप.' शेवटी नक्की झालं : 'दि व्हिलेज हॅड नो वॉल्स.'

कोणा इंग्रजी प्रकाशकाची माझी ओळख नव्हती, म्हणून मी देशमुखांनाच विनंती केली, "तुम्हीच प्रकाशक निवडा. त्याच्याशी बोला. करारही करा. मला मराठीत पंधरा टक्के रॉयल्टी मिळते. तेवढी इंग्रजी भाषांतराचीही मिळावी. आपण दोघं प्राप्तीचा वाटा अर्धा-अर्धा वाटून घेऊ."

एशिया पब्लिशिंग हाउसनं सेंड्रिक बार्को ह्या प्रतिभावान चित्रकाराकडून मुखपृष्ठ घेऊन हार्डकव्हरमध्ये हे पुस्तक अठ्ठावन्न साली प्रसिद्ध केलं. त्यावर ठिकठिकाणी चांगली परीक्षणं आली. कोणा परीक्षण-लेखकाला तुर्जिनेव्हच्या स्पोर्ट्समन्स स्केचेस्‌ची आठवण आली, तर कोणाला जवाहरलाल नेहरूंच्या डिस्कव्हरी ऑफ इंडियाची. शेकू आणि त्याची मुंडा हात बायको ह्यांनी एका बैलाची उणीव असताना नांगरट कशी केली, हा उतारा इंग्रजी क्रमिक पुस्तकात डॅनिश अँथॉलॉजीत, अमेरिकन क्रमिक पुस्तकात, 'ट्रेझरी ऑफ मॉडर्न एशियन स्टोरीज,' ह्या संग्रहात समाविष्ट केला गेला.

अठ्ठावन्नमध्ये प्रसिद्ध झालेल्या ह्या भाषांतराच्या पुढं सहासष्ट साली आणि सत्त्याहत्तर साली अशा दोन पेपरबॅक आवृत्त्याही प्रसिद्ध झाल्या. सत्त्याहत्तर साली आवृत्ती निघाल्याचं मला कळलं नाही; देशमुखांनाही नाही.

दरम्यान, डॅनिश मिशनरी संस्थेनं कोपनहेगनला डॅनिश आवृत्ती एकोणसाठ साली प्रसिद्ध केली, एक कॉपी मला आली. दिसायला छानच होती.

पुण्याला एकवार मला संध्याकाळी घरी फोन आला, "डू यू नो कोलगेट टूथपेस्ट?"

"येस, आय डू."

"वेल दॅट्स द युनिव्हर्सिटी इन यूएसए, कोलगेट. व्हेअर आय ॲम वर्किंग ॲज ए टीचर. आय हॅव रीसेंटली रेड युअर बुक, द व्हिलेज हॅड नो वॉल्स. आय लाइक्ड इट्. आर यू इन्टरेस्टेड इन पब्लिशिंग इट् इन यूएसए?"

"वेल, शुअर आय ॲम."

मग ह्या प्रोफेसरांनी मला आपलं नाव, गाव, पत्ता दिला आणि अमेरिकेला परत गेल्यावर मी तुम्हाला लिहितो, असं सांगितलं.

दीड-दोन महिन्यांतच प्रोफेसरांचं पत्र आलं. त्यात त्यांनी लिहिलं होतं की, तुमचं पुस्तक इथंही मिळतं!

करारपत्र माझ्याकडं नव्हतं. देशमुखांच्याकडं होतं. त्यात हे पुस्तक आम्ही इंग्लंड-अमेरिकेतही विकू, असं होतं की काय, ते मला माहीत नाही.

पुढं लवकरच श्री. जयसिंगे वारले. एशिया पब्लिशिंग हाउस बंद झालं.

माझे पुण्याचे प्रकाशक आणि पुस्तक-विक्रेते मला म्हणाले, ''तुमच्या पुस्तकाच्या प्रती मुंबईला स्वस्तात मिळाल्या, त्या घेऊन आलोय. आठ प्रती आहेत. उद्या घरी पाठवतो.''

त्या प्रती सत्याहत्तर सालच्या पेपरबॅक आवृत्तीच्या होत्या. 'दि व्हिलेज हॅड नो वॉल्स' आता दुर्मीळ आहे.

श्री. बाळकृष्ण केसकर यांच्या सहीचं पत्र आलं. नॅशनल बुक ट्रस्टतर्फे 'बनगरवाडी'चं सर्व भारतीय भाषांत भाषांतर करून एन.बी.टी. ते प्रसिद्ध करू इच्छित होती. सर्व भाषांतील हक्कांबद्दल मला रु. दोन हजार फक्त मिळणार होते.

गुजराती, हिंदी, उर्दू, तमिळ, तेलुगू, कन्नड, पंजाबी, बंगाली, उरिया अशी ही सर्व भाषांतरं हळूहळू अशी काही वर्षं घेऊन प्रसिद्ध झाली. संपली. एन.बी.टी.चे लोक सांगतात, उत्तम खपलेलं असं हे भाषांतर आहे.

आजवर कोणत्याही भाषेतल्या भाषांतराचं पुनर्मुद्रण झालेलं नाही.

एन.बी.टी.चं हिंदी भाषांतर प्रसिद्ध होण्याआधीची गोष्ट.

आकाशवाणीच्या चाकरीत असताना काही कामानिमित्त मी दिल्लीला गेलो. सहज साहित्य अकादमीच्या कचेरीत गेलो. श्री. प्रभाकर माचवे भेटले. गप्पा होता-होता ते म्हणाले, ''तुमची 'बनगरवाडी' हिंदीत प्रसिद्ध झालेली आहे, ती मी वाचली.''

मी चकित.

''कुठं वाचलीत?''

''श्रीपतराय काढतात, त्या मासिकानं एका अंकात सबंध भाषांतर प्रसिद्ध केलंय; तुम्ही पाहिलं नाही? थांबा, मी देतो.''

त्यांनी मला 'उपन्यास'चा अंक दिला. जबलपूरच्या सरवटे नावाच्या भाषांतरकारानं भाषांतरित केलेली 'बनगरवाडी' छापलेली होती.

मी माचव्यांना म्हणालो, ''दोन वर्षांनी मला हे कळतंय.''

मुन्शी प्रेमचंदांचे चिरंजीव श्रीपतराय ह्यांना मी अलाहाबादला अनेक पत्रं

पाठवली. उत्तर आलं नाही.

कोर्ट-कचेऱ्या करण्याची माझी इच्छा नव्हती. शिवाय, मला ते परवडलंही नसतं.

तात्पर्य – पुस्तकाचं इंग्रजीत भाषांतर झालं, म्हणजे पुस्तकाचं आणि पर्यायानं लेखकाचं कल्याण होतंच, असं नाही. अनेकदा मनस्तापच होतो.

अठ्ठावन्नच साल असावं. माझे वडीलबंधू तेव्हा राजकमल कलामंदिरात चित्रपटकथालेखक म्हणून काम करीत होते. ते मला म्हणाले, ''अरे, तुझ्या कादंबरीचे चित्रपटाचे हक्क राजकमलला हवे आहेत.''

मी गप्प राहिलो. मला मनोमनी वाटलं की, हा विषय काही राजकमलनं करावा, असा नाही.

अण्णा पुन्हा बोलले, ''मी तिथं आहे. कदाचित दिग्दर्शन माझ्याकडंही येईल.''

रीतसर पत्रव्यवहार झाला. दोन हजार रुपयांना मी चित्रपटाचे हक्क राजकमलला दिले.

– आणि एके दिवशी अण्णांनी राजकमल सोडलं.

वर्षांमागून वर्षं गेली. राजकमलनं 'बनगरवाडी'चं काही केलं नाही.

दरम्यान, नॅशनल स्कूल ऑफ ड्रामाचे अल्काझी पुण्याला माझ्या घरी आले. काही बोलणं झाल्यावर मला म्हणाले, ''तुमच्या 'बनगरवाडी'वर चित्रपट करावा, असं माझ्या मनात फार आहे.''

मी म्हणालो, ''तुम्हाला असं वाटलं, हा माझा बहुमानच आहे. पण 'बनगरवाडी'चे हक्क मी राजकमलला दिले आहेत.''

फिल्म इन्स्टिट्यूटमध्ये व्याख्याते म्हणून आलेल्या श्री. मृणाल सेन यांचा एकदा निरोप आला – त्यांना 'व्हिलेज हॅड नो वॉल्स'ची प्रत हवी आहे. माझ्याकडे एकच प्रत होती. त्यांचा कलकत्त्याचा पत्ता घेतला आणि मुंबईहून प्रत मिळवून त्यांना पाठवून दिली.

पुढं त्यांच्याकडून मला काही कळलं नाही.

काही वर्षं गेल्यावर राजकमलनं मला कळवलं की, आम्ही 'बनगरवाडी'वर चित्रपट करणार नाही. हक्क परत करू.

आता चित्रपटाचे हक्क माझ्याकडेच आहेत.

हायडेलबर्ग युनिव्हर्सिटीच्या लेटरहेडवर, चांगल्या मराठी अक्षरात लिहिलेलं पत्र मला जून चौऱ्याऐंशीत आलं.

श्री. माडगूळकर यांस,

स.न.वि.वि.

काही दिवसांपासून 'बनगरवाडी' जर्मन भाषेत भाषांतर करण्याची माझी कल्पना होती. लवकरच मी भाषांतर संपवीत आहे.

एक लहान प्रकाशक भाषांतर प्रसिद्ध करायला तयार आहे, असे दिसते. हे पुस्तक मराठीतूनच भाषांतर करायला पाहिजे. कारण जर्मन भाषा इंग्रजीतून फार निराळी आहे. मी धनगरांच्या भोवती खूप वेळ राहिल्यामुळे मला थोडसं ठाऊक आहे. तुम्ही मला भाषांतर प्रसिद्ध करण्याची परवानगी द्यावी, अशी विनंती.

'बनगरवाडी'च्या आधाराने मी जर्मनीत मराठी साहित्याची ओळख करू शकणार आहे.

आपला,
गुन्थर सोन्थायमर

मी परवानगी दिली.

मागेही एकवार सुरेख बंगाली लिपीच्या आकारातल्या मराठी अक्षरात मला भांडारकर इन्स्टिट्यूटमधून पत्रं आलं होतं. हे हिकिमूरा नावाचे जपानी गृहस्थ संस्कृतचा अभ्यास करण्यासाठी पुण्यात येऊन राहिले होते. त्यांनी 'बनगरवाडी' वाचली होती. फार आवडल्यामुळं त्यांना तिचं जपानीत भाषांतर करायचं होतं. मला भेटायचं होतं.

माझ्या घरी आम्ही भेटलो. संभाषण इंग्रजीतून.

बोलता-बोलता त्यांनी मला 'जरा' आणि 'झरा' ह्यांत काय फरक म्हणून विचारलं, तेव्हा मी त्यांना 'दि व्हिलेज हॅड नो वॉल्स'ची प्रत दिली आणि सांगितलं की, तुम्ही फक्त मराठीवरून भाषांतर करू नका. आधार म्हणून देशमुखांनी केलेलं भाषांतर वापरा.

त्यांनी प्रयत्न सोडून दिला असावा, कारण नंतर मात्र काही कळलं नाही.

सोन्थायमरांनी जर्मनीहून मला पत्रानं विचारलं की, 'मुरमुटी' म्हणजे कोणतं झाड आणि 'डालपाटी' म्हणजे काय? मुरमुटी ह्या कमी पावसाच्या प्रदेशात

दिसणाऱ्या झाडाचं शास्त्रीय नाव मलाही माहीत नव्हतं. पण, हे झाड कसं दिसतं, त्याला फुलं कशी असतात, पानं कशी असतात, त्याचं खोड कसं असतं, हे मला माहीत होतं. 'अकासिया' जातीचंच हे एक झाड असावं, हे मी त्यांना कळवलं.

श्री. सोन्थायमर ह्यांना डालपाटी ह्या शब्दाचा अर्थ कुठल्याही शब्दकोशात सापडला नव्हता. साहजिकच आहे. फार प्रादेशिक अशा शब्दाचा अर्थ कोशात नसतोच. कोशात प्रतिशब्द आढळतात, अर्थ आढळत नाही.

मी अनेक रेखाटनं केली. डालपाटीखाली कोंबड्या, कोकरं कशी डालतात, बायका रानात जाताना तान्ह्या मुलांना डालपाटीत घालून डोक्यावरून कशा नेतात, हे मी चित्रांतून सांगण्याचा प्रयत्न केला.

डॉ. सोन्थायमरना ते कळलं. त्यांनी जर्मनमध्ये कोणता शब्द वापरला, वाचकांना हे कसं पोहोचतं केलं, हे मला माहीत नाही.

जर्मन भाषांतराची देखणी प्रत माझ्याकडं आली. प्रकाशकाचं करारपत्रही आलं. पण करारपत्रातील अटी ह्या प्रकाशकानं पाळल्या नाहीत. मला रॉयल्टी मिळाली नाही.

डॉ. सोन्थायमर भारतात आले, तेव्हा त्यांनी आपल्या पदरचे बाराशे रुपये मला दिले. ते म्हणाले, त्या प्रकाशकाला कळवा की, तू काही रॉयल्टी पाठवली नाहीस; पण भाषांतरकारानं मला बाराशे रुपये दिले.

भाषांतरकाराचा हा चांगुलपणा मी प्रकाशकाला कळवला. डॉ. सोन्थायमर ह्यांचं भाषांतर उत्तमच झालं असलं पाहिजे. कारण, पुढं मला एका जर्मन कॅमेरामननं ॲडव्हान्स देऊन कळवलं की, मी तुमच्या पुस्तकावर टी.व्ही. सीरियलसाठी प्रयत्न करतो आहे. सहा महिने हक्क इतर कुणाला देऊ नका.

सहा महिने झाले. त्या जर्मन कॅमेरामनच्या प्रयत्नांना काही यश आलं नाही.

डॉ. इरावतीबाई कर्वे आणि डॉ. शेजवलकर ह्यांनी भविष्य वर्तवलं होतं, त्यानुसार मला जागतिक वाङ्मयात स्थान मिळालं नाही, तरी 'बनगरवाडी' काहीशी भारताबाहेरही माहीत झाली.

ऑस्ट्रेलियातल्या 'सिडनी हेरॉल्ड'मध्येही तिचं चांगलं परीक्षण प्रसिद्ध झालं.

काही महिन्यांपूर्वी श्री. राम कोलारकर माझ्याकडं आले होते. त्यांनी फार तपशीलवार अशी एक हकिगत सांगितली. म्हणाले, "शिवाजीनगर स्टेशनकडून मी विद्यापीठाकडे जाणाऱ्या रस्त्यानं चाललो होतो. दुपारची वेळ होती. पायांत वहाणा होत्या. अंगठा तुटला, तो लावून घ्यावा, म्हणून रस्त्यावर दिसलेल्या चांभाराच्या खुंटाकडं गेलो. जुनी पायताणं, रापी, टोच्या, कातड्यांचे तुकडे ह्यांच्या

पसाऱ्यात बसलेल्या चांभाराकडं कोणी गिऱ्हाईक नव्हतं. झाडाच्या सावलीत बसलेला चांभार फावल्या वेळात वाचत बसला होता. मी अंगठा लावण्यासाठी चप्पल काढून पुढं ठेवली, तेव्हा त्यानं पुस्तक पालथं ठेवलं आणि कामाला लागला. हा काय वाचतो आहे, याचं मला कुतूहल होतं. पालथं घातलेलं पुस्तक उचलून मी पाहिलं, तर ती तुमची बनगरवाडी होती!''

म्हणजे, मानववंशशास्त्रज्ञ ते रस्त्याकडेचा चांभार – असा पस्तीस वर्षांत ह्या पुस्तकाचा प्रवास झाला.

लेखकाला जास्ती काय पाहिजे असतं?

■

५

वावटळ

तीन-चार महिन्यांपूर्वी, कधी नव्हे ते बलवडी गावचे नानासाहेब लिगाडे पुण्याला माझ्या घरी आले. आता वय ऐंशीच्या पुढचं. डोईला गांधी टोपी. अंगात सैल पांढरा अंगरखा. खाली धोतर. कपाळाला पांढरं गंध. वारकऱ्याचा बुक्का. प्रसन्न, हसतमुख चेहरा.

"या, या, सरकार..." म्हणत मी पुढं झालो, तर नानासाहेब लिगाड्यांनी माझ्या पायांवर डोकं ठेवून नमस्कार केला. नानासाहेब पंढरीचे माळकरी आहेत.

'पंढरीच्या लोकां नाही अभिमान
पायां पडती जन एकमेकां'

हे मला माहीत होतं. पण माझं वय, नानासाहेबांचं वय याचं भान पाहिजेच.

मी ओशाळलेपणानं म्हणालो, "हे उलटं झालं नानासाहेब – वारकऱ्याच्या पायांवर डोकं मी टेकायचं."

"नाही. योग्यच झालं. कसं, ते सांगतो. बसा."

दोघं बसलो.

नानासाहेबांनी विचारलं, "तुमचा मळा आमच्या बलवडीला होता, हे माहीत आहे?"

"हो. मी पाहिलेला नाही, पण होता – मळा होता, घर होतं. आमच्या बंधूंनी आम्ही लहान-धाकटे असताना ते विकलं, हेही आठवतं."

"तुमचे वडील हव्यकव्य करायला आमच्या वाड्यावर यायचे. गोरेपान, जांभळा रेशीमकाठी रुमाल डोक्याला, कोट, उपरणं आणि काळ्या घोडीवर बसून माडगूळहून यायचे. 'उपाध्याय आले, उपाध्याय आले', अशी धांदल व्हायची.

वडीलमंडळी आम्हां मुलांना सांगत, पुढं व्हा. नमस्कार करा, आशीर्वाद घ्या. आणि आम्ही पुढं होऊन वाकून पाया पडायचो. अशा आमच्या उपाध्यायांचे तुम्ही चिरंजीव; म्हणजे आमचे उपाध्येच. आम्ही पायी डोकं ठेवून तुम्हाला नमस्कार करायचा.''

काही काळ आमच्या घरी कुलकर्णी वतन आणि जोशी वृत्ती होती. दोन्ही गावची – माडगूळ आणि बलवडी. माडगूळपासून बलवडी तीन-चार मैलांवर, पण हद्द दुसरी. माडगूळ औंध संस्थानच्या हद्दीत, तर बलवडी ब्रिटिश सरकारच्या अखत्यारीत. पुढं स्वातंत्र्यानंतर कुलकर्णी वतन गेलं आणि जोशी वृत्तीही समाप्त झाली. माझ्या वडिलांनी काही काळ हे वतन सांभाळलं होतं, हे खरं. नानासाहेब लिगाड्यांनी मला उपाध्ये म्हणून नमस्कार केला, तो ह्या संदर्भात होता.

बामणाच्या घरात मी जन्माला आलो, ही आठवण अठ्ठेचाळीस सालीही मला लोकांनी करून दिलेली होती.

बेचाळीस सालच्या 'चले जाव' चळवळीत पडल्यामुळं माझी सगळी चित्तरकथाच झाली. चळवळ संपली. मी बचावलो. शिक्षणात व्यत्यय आला, तो कायमचाच. पुढं मी कोल्हापूरला माझे वडीलबंधू ग. दि. माडगूळकर यांच्याकडे राहू लागलो. व्यं. न. कुलकर्णींच्या 'महाद्वार' मासिकासाठी कथा लिहाव्यात, चित्रं काढावीत, अभिरुचि-सत्यकथा ह्या मासिकांसाठी कथा-कविता लिहाव्यात; भरपूर वाचावं, भटकावं, मित्रमंडळींत गप्पा माराव्यात – असा काळ घालवीत होतो.

अण्णांकडे तेव्हा कवी, शाहीर, नटमंडळी येत. चित्रपट-नाटक व्यवसायांतील चांगले-चांगले लोक येत. नटवर्य चिंतामणराव कोल्हटकर, कवी राजा बढे, 'हिज मास्टर्स व्हॉईस'चे वसंतराव कामेरकर, 'चाकावरून जगाची चक्कर' हे प्रवासवर्णन लिहिणारे गोडबोले अशी काही नावं आता आठवतात. एक सप्रे नावाचे शाहीर होते; नानिवडेकर होते; मा. ग. पातकर होते. पोवाडे, लावण्या, संवाद, गीते लिहून त्यांच्या रेकॉर्ड्स भरणे, हा ह्या मंडळींचा आवडीचा उद्योग असे. श्री. पु. रा. भिडे यांच्या 'नवा झंकार' या दिवाळी अंकात मी 'बाबाखान दरवेशी', हे पुढं 'माणदेशी माणसं' या संग्रहात ग्रथित झालेलं व्यक्तिचित्र लिहिलं, ते ह्या भिड्यांना फार आवडलं. कोल्हापूरला आल्यावर ते अण्णांना म्हणाले, ''ह्या मुलाला इथं कोल्हापुरात कशाला ठेवता? त्याला पुण्याला येऊ द्या.''

त्या काळात पु. रा. भिडे चित्रपट काढण्याच्या तयारीला लागले होते. बऱ्याच भव्य योजना त्यांच्या मनात होत्या.

सत्तेचाळीस साली मी पुण्याला आलो.

टिळक रोडच्या सुरुवातीला, आता जिथं लाटकरांचा प्रेस आहे; त्या परिसराला तेव्हा 'पंतांचा गोट' असं नाव होतं. औंध संस्थानचे राजेसाहेब बाळासाहेब पंत यांची ही जागा होती. पुण्याला शिकणाऱ्या औंध संस्थानातील विद्यार्थ्यांसाठी इथं एक वसतिगृह होतं. वसंत विनायक कुलकर्णी-मळवलीकर नावाचा माझा शाळेतला मित्र या वसतिगृहातील एका खोलीत राहत होता. त्याचं शिक्षण संपून तो आता कारकुनाची नोकरी करत होता. मी त्याच्या खोलीत राहू लागलो. पु. रा. भिडे मला चित्रपटकथा-लेखक करायची खटपट करीत होते. टिळक रोडला असलेल्या त्यांच्या ऑफिसात मी कागद समोर ठेवून रोज बसे आणि संध्याकाळी परत येई.

ह्या काळात मी फार अधांतरी होतो. जीवनाला काहीही धर नव्हता. आपण कोण आहोत आणि आपल्याला ह्या आयुष्यात काय करायचं आहे, ह्यासंबंधी काही जाणीव झालेली नव्हती. वाचणं आवडायचं, लिहिण्यात आनंद वाटायचा, चित्रकार व्हावं असं मनात वारंवार यायचं. आई-वडिलांची ऋणं फेडावीत, लहान भावंडांसाठी काही करावं, पैसे मिळवावेत आणि गरजू कुटुंबीयांची नड भागवावी – असं फार वाटे. पण आपल्यापाशी काही हुन्नर नाही, हुशारी नाही, महत्त्वाकांक्षा नाही, उज्ज्वल भविष्य नाही; म्हणून मी फार निराश होई. ह्या काळात कुरुसावाच्या आंधळ्या माणसाचं आभाळ, म्हणजे माझं आभाळ होतं. विशी-बाविशीत जो मानसिक हळवेपणा असतो, तोही भरपूर होता. ह्या काळात मी प्रेमातही पडलो होतो.

पुण्याला पंतांच्या गोटातल्या ज्या खोलीत मी राहत होतो, ती खोली फार तर आठ-बाय-आठची असेल. दोन लोखंडी कॉट्स मावतील, इतपत मोठी. भिंतीला खुंटाळी, एक लहान टेबल, एक लोखंडी खुर्ची. आजूबाजूला सगळे विद्यार्थीच राहत होते. सतत दंगा चालायचा.

स्वस्त हॉटेलात सकाळी जाऊन तिखट मिसळ-पुरीची न्याहारी खाणं आणि कढत चहा पिणं, टिळक रोडवरच्या आजच्या 'बादशाही'समोर असलेल्या देसायांच्या खानावळीत जाऊन दोन वेळा जेवणं, स्वस्त दराची तिकिटं काढून नाटक-सिनेमे पाहणं आणि गल्ली-बोळांतून सायकलीवरून हिंडणं, गार पाण्यानं अंघोळ करणं आणि स्वत:चे कपडे हातानं धुणं – ही आमची चैन होती. म्हणजे आम्ही तळागाळातले मध्यमवर्गीय होतो.

ह्याच काळात धाडकन बातमी आली की, महात्मा गांधी प्रार्थनेला जात असताना त्यांच्यावर गोळ्या झाडल्या गेल्या... त्यांची हत्या झाली! गोळ्या झाडणारा ब्राह्मण जातीचा होता.

पुण्यात दंगल उसळली. काही घरं, इमारती जाळल्या गेल्या. कर्फ्यू पुकारला गेला. आटपाडी गावच्या देशपांडे वकिलाचा मुलगा बापू पुण्यालाच लॉ कॉलेजला होता. ह्याचा धाकटा भाऊ आमचा दोस्त होता. औंध संस्थानातली आटपाडी, औंध,

कुंडल, किर्लोस्करवाडी इथल्या लोकांची गाठभेट व्हायची. म्हणून जे कोणी गोटाबाहेर राहत, ते विद्यार्थीही गोटात येत. तसा हाही येत असे.

कर्फ्यू पुकारल्यावर बाहेर जेवणाऱ्यांची जशी पंचाईत होते, तशीच आमचीही झाली होती. ह्या सगळ्या पंचायतीतून सुटका करून घ्यायची, तर थेट गावाकडं जायचं, एवढाच मार्ग आमच्यासमोर होता. त्यात एके दिवशी बापू आला आणि म्हणाला, ''चला गावाकडं.''

कर्फ्यू थोडा सैल झाल्यावरच दिवस आणि वेळ गाठून आम्ही तिघं – मी, वसंता, बापू पुणे स्टेशनवर गेलो. रेल्वेनं कराडला गेलो. उतरलो आणि सर्व्हिस मोटारानं विट्याला आलो.

– आणि, पुढं मी लिहिणार होतो, त्या 'वावटळ' कादंबरीला सुरुवात झाली.

ही सगळी हकिगत घडलेलीच आहे. पात्रांची नावं बदलली आहेत, एवढंच. बाकी कल्पित असं फार थोडं असेल. विट्याच्या मोटार-स्टँडवर आम्हाला 'जनता' भेटली आणि तिथं आमची लपवून आणलेल्या पिस्तुलासाठी झडती घेतली, हे खरंच. वाटेत एका लहान गावात तो न्हाव्याचा महादू भेटला, आम्हाला घेऊन घरी गेला. त्यानं जेवू-खाऊ घातलं, धीर दिला आणि सकाळी आम्हाला निरोप दिला.

वाटेत कटाची आमटी पिण्याबद्दल नाव कमावणारे ते भटजी आम्हाला भेटले. कोणाची सत्यनारायणाची पूजा सांगायला निघालेल्या भटजींना, महात्मा गांधींची हत्या झाली, खेडोपाडी भयाण जाळपोळ झाली, याची काही माहिती नव्हती.

आम्ही मुद्दामच रस्ता टाळून पायवाटेनं चालत होतो. रस्त्यापलीकडं दूरच्या झाडीतून आभाळात धूर चढलेला अचानक दिसे.

आमच्यापैकी कोणी एकदम म्हणे, ''अरे, कोळं पेटलं वाटतं.''

कोळं, करगणी, तडवळं, शेटफळ अशी आसपासची गावं पेटताना आम्ही पाहिली तरी माझं गाव पेटेल, असं मला वाटलं नाही. कारण एक तर माझं लहानसं गाव स्वभावनं मवाळ, गरीब होतं. जातीपातीचा फार अभिमान तिथं कधी दिसला नव्हता. सण, समारंभ, उत्सव, मिरवणुका पार पडत; तेव्हा सगळं गाव एकत्र येई. दंगाधोपा, हाणाहाणी, मारामारी होत नसे.

शेती, शेतमजुरी, चाकरी यांत गुरफटलेले लोक प्रपंचाचा गाडा ओढण्यात गुंतलेले असत. मूठभर लोक एकमेकांत वैरभावानं वागू लागले, तर त्यांना जीवनाच्या ह्या प्रवाहात तगून राहणं कसं शक्य होणार? एकमेकांना धरूनच राहिलं पाहिजे, ही जाण गावकऱ्यांना होती. हा कुणबी, तो बामण, तो मुलाणी, हा मोमीन, हा मराठा, तो यलमार, हा महार, तो होलार, हा रामोशी, तो मांग – अशा फार रुंद भेगा नव्हत्या. वेगवेगळ्या रंगीबेरंगी धाग्यांनी विणलेलं हे एकच अटपळं होतं.

त्यामुळं माझी खात्रीच होती की, इतर गावांतून काही झालं, तरी माझ्या गावात फार उत्पात होणार नाही. आमचं जुनं घर जाळलं जाणार नाही.

माझी अटकळ खोटी ठरली. गावातली आठही ब्राह्मण-घरं पेटवली गेली.

विटं ते माडगूळ ह्या छत्तीस मैलांच्या प्रवासात जे अनुभवलं, ते 'वावटळ'मध्ये आलेलं आहे.

'वावटळ' ही कादंबरी नाही, इतिहास आहे. इतिहास विज्ञानासारखा असतो. काल्पनिक गोष्टींना तिथं वाव नसतो.

'बनगरवाडी' पुस्तकरूपात येऊ घातली होती. एकीकडं मी बनगरवाडीची प्रुफं पाहत होतो, आणि त्याच वेळी नवी कादंबरी 'वावटळ' लिहीत होतो.

श्री. पु. भागवतांसारखे उत्तम संपादक मला सुदैवानं लाभले होते. एखादी लेखनकल्पना श्री. पुं.ना सांगितली की, ती लेखकानं कागदावर उतरावी, म्हणून ते जिवाचा आटापिटा करत. वारंवार स्मरण देत. माझ्यापाशी सुंदर अक्षरातली श्री. पुं.ची अनेक कार्डं आहेत. किती तरी कार्डांतून शेवटची ओळ आहे – 'वावटळ'ला सुरुवात कधी करता? 'मौजे'च्या येत्या दिवाळी अंकासाठी ती हवीच.

'मौज' दिवाळी अंकात 'वावटळ' प्रसिद्ध झाल्यानंतरचं २६.११.६३चं पत्र असं होतं :

मुंबई - २२
२६.११.६३

सप्रेम नमस्कार, वि.वि.

यापूर्वीच तुम्हाला पत्र लिहायचे होते. मधे दहा दिवस मी दिल्लीला गेलो होतो. नंतर कामांत. त्यामध्ये राहून गेले.

'वावटळ' एकंदरीत आवडली वाचकांना, असे दिसते. आमचे (कधीही फारसे वाङ्मय न वाचणारे) घरचे डॉक्टर परवा म्हणाले की, 'वावटळ' उत्कृष्टच आहे. रात्री सहज म्हणून वाचायला घेतली आणि पूर्ण करून मगच झोपलो. ठेववेनाच खाली. त्यांना त्यातले प्रसंग तर आवडलेच, पण निर्मळ अलिप्त वृत्तीही फार आवडली. (त्यांचा दवाखाना तेव्हा जाळला गेला होता!) माधव करंदीकर यांना आजचे रूप चांगले वाटले; पण असेही वाटले की, फार मोठ्या अशा कादंबरीची थीम तुम्ही थोडक्यात केवळ documentary शैलीत आवरलीत, ती पुरेशी भरघोस झाली नाही.

असे कोणी क्वचित म्हणाले, तरी वाचक खूश दिसतात.

मला वाटते, नामुश्की येण्याची तुमची भीती तर खोटी ठरली.

पुस्तक लगेच कंपोझला घेत आहे. तत्पूर्वी, त्यात काही भर घालावी, असे वाटते आहे का? म्हणजे थांबतो. पण मग ती भर लवकर लिहून पाठवा. विशेष नसली व प्रुफांतच करता येतील, असे संस्कार करायचे असतील, तरी कळवा. प्रुफे पाठवीनच.

इथे सर्व ठीक. सर्वांना यथोचित नमस्कार व आशीर्वाद.

आपला,

श्री. पु. भागवत

छप्पन सालच्या ऑक्टोबरआधी हे लेखन माझ्याकडून पुरं झालं असलं पाहिजे.

माझ्या दफ्तरात मराठीतील आणखी एका नामवंत मासिकाच्या संपादकाचं जिव्हाळ्यानं लिहिलेलं पत्र आहे. पत्रावरची तारीख २.९.५६ अशी होती.

प्रिय श्री. व्यंकटेश,

आपली लघुकादंबरीची वही श्री. चित्रावनी मला दिली होती. लगेच वाचून काढली.

कादंबरी मला अत्यंत हृदयस्पर्शी वाटली. 'बनगरवाडी'पेक्षा ह्या कादंबरीचा पिंडच वेगळा आहे. तथापि, बनगरवाडीप्रमाणेच मराठी साहित्यात तो मानाचे स्थान मिळवून राहील, अशी मला खात्री आहे.

कादंबरी मला विशेष महत्त्वाची वाटली, त्याची कारणे दोन. पहिले कारण असे की, १९४८च्या त्या वावटळीत आमचे गावही सापडले होते. त्यामुळे माणुसकीचा दुष्काळ अवघ्या ४-८ दिवसांत कसा पडला होता, ते मी स्वत: पाहिलेले व अनुभवलेले आहे. आपल्या कादंबरीमधील अनेक घटना वाचताना, प्रत्यक्ष आपल्या डोळ्यांसमोर घडलेल्या प्रसंगाचे वृत्तच आपण वाचत आहोत, असे पुन:पुन्हा वाटत होते.

४८ सालानंतर ८ वर्षे उलटली असली, तरी त्याची पुनरावृत्ती घडणारच नाही, असे छातीठोकपणे सांगणे कठीण आहे.

या बाबतीत अधिक स्पष्ट शब्दांतून पत्रातून लिहिणे कठीण आहे. काही सूचक घटना या भागात घडूही लागल्या आहेत. कधी तरी भेटीत अधिक बोलू.

तूर्त मला एवढेच वाटते की, आज ना उद्या ही कादंबरी प्रसिद्ध

होण्यास अनुकूल वेळ व वातावरण तयार होईल. आपण सर्व जण महाराष्ट्रीय त्या वेळी १९४८ सालाकडे objectively पाहण्याइतके जातीय तेढीपासून अलिप्त होऊ. अशा वेळी 'वावटळ'चे प्रकाशन झाले, तर तिच्या अंगभूत गुणांचे खरे मूल्यमापन होईल व केवळ एक उत्तम साहित्याचा नमुना म्हणून नव्हे, तर महाराष्ट्राच्या आधुनिक इतिहासातील एका अविस्मरणीय क्षणाचे अत्यंत वास्तव, जिवंत व हृदयस्पर्शी चित्रण म्हणून इतिहासकारांकडून तिचे स्वागत होईल, अशी माझी मनोमन खात्री आहे.

दुसरे कारण असे की, १९४८च्या घटनांची एकदा कोठे तरी नोंद होणे जरूर आहे, असे मला वरचेवर वाटत होते. ह्या कादंबरीच्या निमित्ताने (हस्तलिखित स्वरूपात का होईना) अशी नोंद झालेली आहे, ही एक प्रकारे मोठ्याच समाधानाची बाब आहे.

आपल्या अनुभवांची आपण कागदांवर वेळीच नोंद करून फार मोठी कामगिरी बजावली आहे, असे मला वाटते.

कादंबरीच्या प्रसिद्धीकरणाबाबत माझी मित्रत्वाची सूचना अशी आहे की, सध्याची वेळ प्रसिद्धीकरणाचे दृष्टीने उचित नाही. संयुक्त महाराष्ट्राच्या चळवळीस आलेल्या अपयशामुळे महाराष्ट्रात पसरलेले नैराश्याचे वातावरण, सत्ताधाऱ्यांची उघडी पडलेली अब्रू, आगामी निवडणुकांत फिरून यश मिळवण्यासाठी हितसंबंधीयांची चाललेली धडपड यांमुळे महाराष्ट्राच्या वातावरणात एक नवाच रंग भरू पाहत आहे.

असो. श्री. चित्राव माझे विचार अधिक स्पष्टपणे सांगतीलच.

आता आपल्या कथेकडे मी डोळे लावून आहे. कामाची सबब आड येणार नाही, असे आपण आश्वासन दिले आहे, त्यावर मी विसंबून आहे.

आपला,

(सही)

माझ्या पंचावन्न सालच्या डायरीत 'वावटळ'संबंधी काही त्रोटक नोंदीही आहेत.

एप्रिल ४ :

मौज कचेरीत श्री. पु. भागवतांना भेटलो. 'बनगरवाडी' १२८ पानांची होईल, असे त्यांचे म्हणणे आहे. वावटळ लिहिण्यासंबंधी त्यांनी आग्रहपूर्वक सांगितले. आता ती कादंबरी त्यांना द्यावी, का केसरीला?

रविवार, १० एप्रिल :

संध्याकाळी एस. पी. ग्राउंडवर श्री. ज. जोशी, मधू कुलकर्णी व मी बराच उशिरापर्यंत गप्पा मारत बसलो. 'वावटळ'ची कल्पना मी सांगितली. सर्वांना आवडली.

१२ एप्रिल :

वावटळ पुरी करण्यापूर्वी एकवार पलूस गावी जाऊन वसंत मळवलीकर ह्याला भेटावं, असा विचार आज मनात आला. (पुणे ते आटपाडी ह्या प्रवासात तो माझ्यासोबत होता.)

१३ एप्रिल :

लेखन हा भिकार व्यवसाय आहे, हा समज खरोखरीच बरोबर आहे. लेखक झाल्याबद्दल मला अनेकदा पश्चात्ताप होतो. एवढे लाजिरवाणे जिणे दुसऱ्या कोणत्या व्यवसायात नसेल.

१४ एप्रिल :

'वावटळ' पुरी करून 'सह्याद्री' मासिकाला दिली, तर पाच-पन्नास रुपये मिळतील; पण माझ्यापाशी लिहिण्याचा उत्साह नाही.

४ जुलै :

कॉन्टिनेन्टल प्रकाशनने 'वावटळ' ही कादंबरी स्वतंत्र प्रसिद्धीसाठी मागितली. पंधरा टक्के रॉयल्टी. मी 'मौजे'ला पत्र लिहून विचारीन, असं म्हणालो.

अखेर १९६३ सालच्या 'मौजे'च्या दिवाळी अंकात 'वावटळ' प्रसिद्ध झाली.

ती प्रसिद्ध होताच, वाचकांची पत्रे आल्याचे मला स्मरत नाही. माझ्या पत्रसंग्रहातही 'वावटळ'बद्दल मत देणारे एकही पत्र नाही. अलीकडेच मला कळलं की, 'मौज' दिवाळी अंकाच्या संपादकांनाही ती फारशी आवडली नव्हती. पण, हा लेखक लिहिता राहावा, म्हणून त्यांनी ती छापली.

मे १९६४मध्ये मौज प्रकाशनानं 'वावटळ' पुस्तकरूपानं काढली. तेव्हा आवृत्ती हजार-बाराशे प्रतींचीच असे. किंमत होती चार रुपये. ही आवृत्ती संपायला एकोणीसशे चौऱ्याऐंशी साल उजाडले. दुसरी आवृत्ती उत्कर्ष प्रकाशननं काढली, ती अजून संपलेली नसावी.

दरम्यान, एक घटना घडली. श्री. के. नारायण काळे यांचे चिरंजीव प्रमोद मला भेटले. म्हणाले, ''तुमची 'वावटळ' कादंबरी इंग्रजीत चांगली जाईल, असं मला वाटतं. मी ती भाषांतरित करीन.''

''अवश्य करा. प्रकाशकही तुम्ही बघा.''

'दि विंड्स ऑफ फायर' ह्या नावानं हिंद पॉकेट बुक्स, नवी दिल्ली या प्रकाशन संस्थेनं १९७४मध्ये ही कादंबरी प्रसिद्ध केली. आवृत्ती पाच हजारांची होती. पहिली दोन-तीन वर्षं विक्रीचे हिशेब, रॉयल्टीचा चेक येत होता; पुढं येईनासा झाला. पत्रव्यवहाराचा काही परिणाम झाला नाही.

प्रमोद काळे अमेरिकेला असतात. ते मध्यंतरी भेटले. त्यांनीही हिंद पॉकेट बुक्ससंबंधी चौकशी केली होती. त्यांच्या पदरी निराशा पडली होती.

काही वर्षं गेली.

पुस्तकांचं माणसांसारखंच असावं. त्यांच्याही बाबतीत केव्हा काय घडेल, काही सांगता येत नाही. माणसाप्रमाणं पुस्तकाचं भाग्यही आपल्याही चकित करतं.

रशियातून पत्र आलं – त्यांना 'वावटळ'चं रशियन भाषान्तर प्रसिद्ध करायचं होतं. तुमचा होकार आला की, करारपत्र पाठवून देऊ, असं राडुगा प्रकाशन संस्थेनं लिहिलं होतं.

मी होकार कळवताच त्यांचं करारपत्र आलं, त्यात प्रतींची संख्या अक्षरी होती एक लाख. मराठी लेखकाला हा आकडा फक्त ऐकूनच माहीत असतो. आपली 'वावटळ' ही जगातील एका भाषेत एक लाख प्रतींत छापली जाईल, हे कधी स्वप्नातही नव्हतं.

हार्डबाउंड प्रत १९८५मध्ये आली. पुस्तकाचं नाव होतं : 'चारी दिशांकडून.' या पुस्तकात एकटी 'वावटळ' नव्हती. कृष्णा सोबती, श्रीकृष्ण आलनहळ्ळी, गोपीनाथ महंती असे आणखी तीन लेखक होते.

ह्या लोकांनी 'वावटळ' का बरं पसंत केली, कोणते गुण त्यांना ह्या लेखनात आढळले, याची मला मोठी उत्सुकता होती. म्हणून सौ. सुमतीबाई कानिटकर यांच्याकडून मी प्रस्तावना भाषांतरित करून घेतली. नुकतंच डोळ्यांचं ऑपरेशन झालं असतानाही बाईंनी मला अगत्यानं भाषांतर करून दिलं.

संकलकाचं मनोगत म्हणून एम. साल्गनिक ह्यांनी लिहिलं आहे :

'संपूर्ण आफ्रिका आणि संपूर्ण लॅटिन अमेरिका यांची लोकसंख्या एकत्र मिळवली, तर ती बेरीज भारताच्या लोकसंख्येच्या जवळपास येईल. विविधवंशी शंभरांहून अधिक भाषा बोलणारा, वीस-बावीस वेगवेगळ्या धर्मांचे पालन करणारा हा पंच्याहत्तर कोटींचा प्रचंड जनसमुदाय आणि तरीसुद्धा सर्वकाळ एकसंध राहिलेला, असा हा भारत देश आहे. भारतीय संस्कृतीचा मूलाधार – विविधतेतील एकात्मता – यासंबंधीचे अचूक वर्णन विख्यात समीक्षक कपिल वात्सायन यांनी या शब्दांत केले आहे :

'भारतीय संस्कृतीची परंपरा केव्हा आणि कशी प्रस्थापित झाली, हा मुद्दा

अलाहिदा. एक गोष्ट निर्विवाद की, – केवळ तीच संस्कृती बहुसंख्य लोक, भाषा, धर्म, तत्त्वज्ञानाची बैठक, सामाजिक रूढी, कला-वैशिष्ट्ये ह्या सर्वांची सांगड घालू शकते. तिची तुलना तारकामंडळाशी करता येईल. स्वत:चे वैशिष्ट्य आणि स्वतंत्र भ्रमणकक्षा असूनही ग्रह व तारे जसे एकाच तारकामंडळात समाविष्ट होऊ शकतात, तशी भारतातील विविधतासुद्धा एकात्मतेत सामावलेली आहे.

'तोच प्रकार भारतीय साहित्याचा. अनेक भाषिकता, शैलींतील व वाङ्मयप्रकारांतील विविधता असूनही त्यातून वाचकाला सामाजिक व भावनिक एकात्मतेचा प्रत्यय येतो.

'ह्या संग्रहात संकलित केलेल्या चार कथा वाचकाला नक्कीच भारतातील चारी कोपऱ्यांतील प्रातिनिधिक वाङ्मयाच्या स्वरूपाचे प्रत्यक्ष दर्शन घडवतील. कृष्णा सोबती हे हिंदी लेखक उत्तरेकडील, श्रीकृष्ण आलनहळ्ळी हे दक्षिणेकडील कन्नड वाङ्मयाचे पुरस्कर्ते, गोपीनाथ महंती हे पूर्वेकडील ओरिसातील ज्येष्ठ साहित्यिक, तर मराठी साहित्यिक व्यंकटेश माडगूळकर पश्चिमेचे प्रतिनिधी. परंतु ही काही फक्त भौगोलिक दृष्टिकोनातून केलेली वाङ्मयाची विभागणी नाही. आधुनिक भारतातील समस्यांची व्याप्ती, गुंतागुंत, त्यांतील विरोधाभास याची वाचकाला उकल व्हावी, ह्या उद्देशाने प्रथितयश भारतीय लेखकांच्या कथांची केलेली निवड आहे.

'भारतात जे काही लिहिले जाते, चर्चिले जाते; ते शेवटी एका बिंदूकडे आकर्षिले जाते. त्यात भारतीय परंपरेचे स्वरूप अढळ आहे. गेली चार हजार वर्षे जी परंपरा देशाला समृद्ध करीत आली आहे, ती याच बिंदूतून. वर्तमानाला छेदून ती बिनधास्तपणे जनजीवन व्यापून राहिली आहे.

'आधुनिक भारतातील वाङ्मय आपल्या सर्वोत्कृष्ट व्यक्तिचित्रणात माणसाच्या भावना प्रतिबिंबित करते. या व्यक्तिचित्रणाला इतिहासाने ज्वालामुखीसारख्या उद्रेकामुळे होणाऱ्या परिवर्तनाचे उगमस्थान मानले आहे.

'भारतातील प्रत्येक व्यक्तीच्या जीवनात आणि जाणिवेत आधुनिकता व रूढी यांचे द्वंद्व सतत चालू असते. त्यातून गुंतागुंत निर्माण होते आणि त्यातूनच होणाऱ्या संघर्षातून परिवर्तन घडत असते. हजारो वर्षांची प्रस्थापिते, ज्यांचं अंधानुकरण आजच्या युवकांचे आजोबा-पणजोबा करत आले होते, त्याच परंपरा नव्या युगात अचानक नेस्तनाबूत होताना दिसतात. नव्या युगाची लाट इतक्या वेगाने सर्वदूर पसरते आणि भयंकर ताण-तणावाची परिस्थिती निर्माण होते की, माणसाला सर्व बाजूंनी खोलवर विचार करायला अक्षरश: वेळच मिळत नाही.

'रूढीचा पगडा चुपचाप मान्य करणारी सामाजिक जाणीव हळूहळू मागे सरून, रूढीच्या बंधनांमुळे होणाऱ्या अत्याचाराच्या उत्तरदायित्वासंबंधी मंथन करणाऱ्या प्रवृत्तीला जागा करून देते.

'असमानतेवर आधारित, हिंदू धर्माचा जबरदस्त पगडा असलेली, आपल्या

आगळेपणाने अढळ स्थान प्राप्त झालेली, जातीवर आधारित अशी समाजपद्धती मुंगीच्या पावलाने बदलत जाते. केवळ कायद्याच्या बडग्याने ती उलथून टाकणे अशक्य आहे; त्यासाठी सामाजिक आणि आर्थिक परिवर्तनाची आवश्यकता आहे.

'जात्याधिष्ठित समाजव्यवस्था ही एखाद्या जाळ्यासारखी आहे – जिची छिद्रे विलग होऊ शकत नाहीत. एकाचा धागा तुटला, तर सगळे जाळेच उसवले जाते.

'मांडलिकत्वाच्या जोखडातून भारत मुक्त झाल्यानंतर थोड्याच दिवसांत म्हणजे तीस जानेवारी, एकोणीसशे अठ्ठेचाळीस रोजी महात्मा गांधींचा वध झाला. माडगूळकरांची कादंबरी 'वावटळ' या पुस्तकाची सुरुवात अहिंसा हा आपल्या राजकारणाचा पाया मानणाऱ्या महात्मा गांधीच्या आणि त्यांचा मारेकरी नथुराम विनायक गोडसे यांच्या संबंधीच्या वर्तमानपत्रातील कात्रणाने होते आणि साऱ्या महाराष्ट्रभर ब्राह्मणांच्या घरांची होळी सुरू होते.

'जातीयवादाला वैयक्तिक जबाबदारी मान्य नसते. गांधींच्या वधासाठी सगळ्या जातीनेच शिक्षा भोगायला हवी, असे त्याला वाटते.

'माडगूळकरांच्या कादंबरीत अत्याचार, डाके, लुटालूट ह्यांची प्रत्यक्ष वर्णने आढळत नाहीत. लेखकाला वाचकांचे लक्ष दुसऱ्या एका मुद्द्याकडे वेधायचे असते, आणि तो म्हणजे वधापाठोपाठ झालेला भयंकर विध्वंस, कधीही भरून न येणारी हानी अन् त्यामुळे लोकांच्या मनांवर झालेले असह्य आघात. पिसाट जमावाने केलेल्या अत्याचाराच्या क्रोधाने माणसांची मने होरपळून निघाली आणि त्या दुःखाचा सल सतत टोचत राहिला. कोणत्याही क्षणी क्षुल्लक कारणावरून तो उफाळून वर येईल.

'यापूर्वीच्या काळात खेड्यातील जीवनाची घडी अशी होती की, प्रत्येक माणूस दुसऱ्याला ओळखत होता. तिथे पिढ्यान् पिढ्या माणसे एकमेकांच्या आधाराने जगत होती. खांद्याला खांदा लावून काम करीत होती. शेजाऱ्याचे सुख-दुःख जपले जात होते; त्या ठिकाणी एकाएकी असे काय झाले की, माणसे एकमेकांची वैरी बनली?

'माडगूळकरांनी ही कथा शंकर ह्या तरुण ब्राह्मण विद्यार्थ्यांच्या तोंडून ऐकवली आहे. पुण्यात अस्थिरता निर्माण झाल्यावर शंकर गाशा गुंडाळून आपल्या मित्रांसमवेत वाटेतील बेचिराख झालेल्या गावांना वळसे घालत-घालत घरी जात असतो. त्याने अनुभवलेल्या प्रसंगांच्या माध्यमातून संशय, अविश्वास, क्रूरता आणि पराकोटीला गेलेला अविचारीपणा इत्यादींनी भारलेल्या वातावरणाचे वर्णन माडगूळकरांनी अत्यंत परखडपणे केले आहे.

'माणसे एकमेकांकडे भेदरलेल्या अशा वेगळ्याच नजरेने पाहत होती. आत्तापर्यंत ज्या ब्राह्मणांचे अहित कोणीही, कधीही मनात आणले नव्हते; त्या शेजाऱ्यापाजाऱ्यांचा ब्राह्मणांकडे पाहण्याचा दृष्टिकोन अचानक बदलला होता आणि अशीही वदंता कानांवर

येत होती की, धोंडोपंत इतर ब्राह्मणांची मोकळी घरे पाडीव भावात खरेदी करत आहे.

'क्रूरतेने घेतलेल्या रौद्र स्वरूपाचे वर्णन लेखक पानांमागून पाने करतो. कानांवर येणाऱ्या क्रूरपणाच्या बातम्या लोकांना अत्याचाराकडे प्रवृत्त करीत होत्या.

'वावटळ' ही केवळ भारतातील अलीकडच्या काळातील घडलेल्या दुःखद घटनांची ऐतिहासिक नोंद आहे, असे नाही; तर माडगूळकरांनी जाती-धर्मांतील भेदामुळे निर्माण होणाऱ्या समस्या ह्या पुस्तकात हाताळल्या आहेत. आजही त्यातील भयानकता यत्किंचितही कमी झालेली नाही.

'वावटळ' ही प्रत्यक्ष घडलेल्या प्रसंगांची कथा आहे. नुकत्याच जाणवू लागलेल्या सामंजस्याच्या वर्णनाने लेखक तिचा शेवट करू शकलेला नाही. कारण आत्ताच कुठे खेडेगावातील रहिवासी मनाला डिवचणाऱ्या शरमेने, लुबाडलेली मालमत्ता परत करू लागले आहेत आणि एकमेकांची क्षमायाचना करू लागले आहेत.

'पंधरा वर्षांनंतर – ह्या छोट्याशा उपसंहाराचे सार असलेले खालील वाक्य व्यथित अंतःकरणातून बाहेर पडलेले आहे :

'आताशा मी माझ्या जन्मगावी क्वचितच जातो. माझी मुलं पुणं हेच, आपलं जन्मगाव मानतात.'

'सध्या भारताच्या लोकसंख्येचा तीन-चतुर्थांश भाग खेड्यांत राहतो. पण असेही वाटते की, खेडी प्रत्यक्षात जगातील नवीन प्रवाहात अजून आलेली नाहीत. मोठमोठी शहरे विस्तार पावून खेड्यांतील जनतेला आपल्याकडे आकर्षून घेतात. त्यांना शहरी जीवनाचे धडे शिकवतात आणि म्हणून खेडी मात्र शहरी विद्वानाच्या नजरेला अनादि काळापासून चालत आलेल्या मागास रूढी जतन करणारी अशी आश्रयस्थाने भासतात.

'कित्येक वर्षे भारतीय वाङ्मयाची पाने खेडेगावांतील कल्पनारम्य जीवनाच्या वर्णनाने भरलेली असायची. मात्र गेल्या काही दशकांत वास्तववादी साहित्याच्या विपुलतेमुळे कल्पनारम्य खेडे संपुष्टात आले आहे.'

रशियन संग्रहाच्या प्रस्तावनेपैकी काही मजकूर मी दिलेला आहे. 'वावटळ'ची निवड त्यांना का करावीशी वाटली, याचा बोध होण्यासाठी हे मनोगत देणं आवश्यक आहे, असं मला वाटलं.

संकलकानं शेवटी म्हटलं आहे,

'आम्हाला आशा आहे की, ह्या ग्रंथाच्या वाचकाला यात भविष्यकालाकडे आत्मविश्वासानं वाटचाल करणाऱ्या लोकांच्या चढ-उतारांचा अनुभव येईल.'

तीस जानेवारी, एकोणनव्वदला राडुगा पब्लिकेशनकडून दुसरं करारपत्र आलं – 'वावटळ' ही कथा 'फ्रॉम द ओशन टू हिमालयाज' ह्या संग्रहात घेतली आहे. प्रती पन्नास हजार असतील.

ह्या संग्रहाची प्रत माझ्या हाती अजून आलेली नाही.

'वावटळ' ह्या पुस्तकाचं फार नाही, तरी एवढं झालं. अलीकडे म्हणजे, जून एकोणीसशे शहाऐंशीमध्ये डॉ. विलास सारंग ह्यांच्या एका विद्यार्थ्यानं श्री. एल. एस. भोळे ह्यांनी 'ए स्टडी ऑफ सोशिओ-पोलिटिकल अस्पेक्ट्स ऑफ माडगूळकर्स – 'विंड्स ऑफ फायर', असा एम.फिल.साठी प्रबंध लिहिला आहे.

भोळे म्हणतात, माडगूळकरांनी ह्या विषयाला न्याय दिलेला नाही.

आपल्याला राजकीय कादंबरी लिहायची आहे, अशी काही जाणीव मला झालेली नव्हती. लहान खेड्यात राहणाऱ्या मध्यमवर्गीय कुटुंबात जन्मलेल्या, अठरा वर्षांच्या एका संवेदनक्षम मुलाला गांधी हत्येनंतर काय पाहायला, अनुभवायला मिळालं, हे आपण सांगावं – एवढं मला वाटलेलं होतं.

माझ्या घरातील संस्कार वेगळे होते.

एकवार गावातील कुणा यलमाराच्या घरासमोर लाकडाच्या मेढ्यांवर डहाळे अंथरूण केलेल्या मांडवात, गोरजमुहूर्तावर लग्न-समारंभ चाललेला मी पहिला. कुतूहल म्हणून आत जाऊन गर्दीत बसलो. लग्न लागलं. पद्धतीप्रमाणं तांबड्या पैशानं भरलेली पितळी घेऊन घरचा मालक दक्षिणा वाटत हिंडू लागला. बामण बघून दक्षिणा देऊ लागला. बरोबरीच्या मुलांनी हात पुढं केले. त्यांना पैसा-पैसा मिळाला. मीही हात पुढं केला. पैसा मिळाला. तो घेऊन घरी आलो. मिळकत आईला दाखवली, पण तिचं कौतुक झालं नाही. उलट, माझ्या गालावर चपराक बसली.

'अशा वेळी हात पुढं करू नये. तू गावचा वतनदार आहेस, भिक्षुक नाहीस.' अशी ताकीद मिळाली, 'पैसा मारुतीच्या देवळात नेऊन देवापुढं ठेव. नमस्कार कर आणि म्हण : पुन्हा अशी चूक करणार नाही.'

माझी आई वतनदाराची मुलगी होती; आणि कुणापुढं हात पसरण्याबद्दल तिला फार तिटकारा होता. पण आजूबाजूच्या लोकांबरोबर मिळून-मिसळून राहावं, वर्णाभिमान मुळीच ठेवू नये, अशीही तिची वागणूक असे. बजा नावाची रामोशीण आमचे दळण दळत असे. भांडी घासायलाही एका रामोशीणच होती. गोवऱ्यांचा हारा डोक्यावर घेऊन विकायला येणाऱ्या वडारणीलाही 'गोवऱ्यांवाली मावशी' म्हणावं, असा तिचा आग्रह असे. गुरवाची म्हातारी आजारी आहे, हे कळताच तिच्यासाठी मऊ भात आणि लिंबाचं लोणचं करून तिला भेटायला माझी आई जाई. आमच्या घरापाठीमागे असलेल्या बायजाबाई पाटलिणीनं 'माझ्या आजारपणात तुला पाजून जगवलं आहे', असं ती मला वारंवार सांगे. ही पाटलीणही अगदी परवा-परवापर्यंत मी वर्षा-पाच वर्षांनी गावी गेलो की, मला पाहायला आवर्जून घरी येई. तोंडावरून हात फिरवून अलाबला घेई.

'उद्याच्याला माझ्या घरी या च्या प्याला...' म्हणून सांगे.

आईला शिवायचं नसलं की, अशा अडचणीच्या वेळी ती आम्हा लहान भावंडांना जेवायला म्हणून कारंड्याच्या मावशीकडं पाठवी. कोणी शेजाऱ्यापाजाऱ्यानं बघू नये, म्हणून घोंगड्याच्या पडद्याआड बसवून ती आम्हाला जेवू घाली.

माझ्या लेखनातून ह्या गोष्टी मी वारंवार इथं-तिथं सांगितल्या आहेत. पण इथं मी त्या आवर्जून पुन्हा सांगतो आहे.

माझ्या एकट्याच्याच घरात असं वातावरण होतं, असं नव्हे; तर लहान खेड्यात राहणारी, संख्येनं दोन-पाच एवढीच असणारी ब्राह्मण कुटुंबं अशाच पद्धतीनं दक्षिण महाराष्ट्रातल्या खेड्यांत राहत. निदान माझ्या जिल्ह्यातील आसपासच्या खेड्यांतली कुटुंबं अशीच राहताना मी पाहिली होती. कुणब्यांच्या आणि त्यांच्या भाषेत विशेष फरक नसे. पुरुषवर्गाच्या पोशाखातही नसे. घरी असलेल्या शेतीतील गुरं राखणं, मोटा धरणं, पिकांना पाणी पाजणं, कापणी, मळणी ही कामं घरातले सर्व जण करीत. शेतकामांत स्त्रियाही मदत करीत. माझ्या नात्यातील स्त्रिया रानात जळण गोळा करताना मी पाहिल्या आहेत.

खेड्यातील इतर लोकांशी असं मिळून-मिसळून वागणाऱ्या कुटुंबांचीही जेव्हा घरं लुटली-जाळली जातात, तेव्हा हे लोक किती निराश व्हावेत? किती असुरक्षित व्हावेत? त्यांनी मग, गाव कायमचं सोडून शहराचा मार्ग धरावा, नाही तर काय करावं?

महाभारतातील, शांतिपर्वातील एका कथेत पूजनी नावाची पक्षिणी राजाला सांगते, 'राजा, वैराचा अग्नी एकदा पेटला की, तो शमत नाही. त्यासाठी आता बारा वर्षं तुझ्या घरी राहिलेली मी, कायमचं हे ठिकाण सोडून दूर जाणं, हेच शहाणपणाचं आहे, असं समजते.'

हेच शहाणपण खेड्यापाड्यांत अनेक शतकं वस्ती करून राहिलेल्या एका जातीच्या लोकांनी दाखवलं आणि त्यांनी खेडी सोडली. (काहींनी तर देशही सोडला.) हे कसं-कसं घडलं, याची कहाणी मला सांगायची होती. सगळं प्रत्यक्ष अनुभवल्यामुळं मला ती सांगावीशी वाटली आणि लेखक म्हणून माझा जेवढा आवाका होता, तेवढा वापरून ती मी सांगितली, इतकेच.

रशियन भाषेत का असेना, पण ही लहान कादंबरी एक लाख पन्नास हजार प्रतींत छापली गेली आणि तिला मराठीपेक्षा अधिक वाचक मिळाले, याचं कौतुक मराठी लेखकाला वाटायचं नाही, तर इतर कोणत्या भाषेतल्या लेखकाला?

■

६

एक कथासंग्रह : बाजार

एक काळ असा होता की, काहीही विशेष पाहिलं, ऐकलं, वाचलं की, पटकन एक आकृती तयार होई – ती लघुकथेची. कथा, गोष्ट, व्यक्तिचित्र असंच काही आकाराला येई. हा आकार काही पूर्णपणे दिसत नसे. बरंच धुक्यातही असे. पण काही आकार झपाटून टाकणारे असत. काहींना कागदावर आकार देण्यासाठी आटापिटा करावा लागे. काही कागदांवरही अगदी सहज उतरत.

'बाजार' ह्या कथासंग्रहातील कथा मी कधी लिहिल्या, कुठं-कुठं प्रसिद्ध केल्या, हे सगळं आता माझ्या स्मरणात नाही; पण हा संग्रह मला आवडतो. त्यातील काही कथा फारच आवडतात. नेहमी मी लिहीत असे, त्यापेक्षा हे विषय वेगळे होते. माणसं माझ्या परिसरातीलच होती.

माझ्या लहान गावात, गाव आणि ओढ्यालगतचा महारवाडा यांच्यामध्ये सुतारमेट होतं. म्हणजे जिथं लाकूड रंधणं, कापणं, तासणं चालतं – जिथं बैलगाडीची चाकं आणि जू, साटलं तयार होतं – जिथं कुऱ्हाड, खोरं, कुदळ ह्या अवजारांना दांडे घातले जातात – जिथं पाभरी भरल्या जातात; ती जागा. आमच्या गावच्या सुतारमेटाला दोन-तीन कडुनिंबाच्या झाडांची सावली होती. सुतार ह्या सावलीत काम करायचा. आमच्या गावचे सुतार महारांपैकीच होते. सुतार, गवंडी म्हणून काही जणांनी चांगलं नाव कमावलेलं होतं.

रानांतली कामं उरकली, उन्हाळ्याचे दिवस असले की, रिकामी माणसं सुतारमेटावर जाऊन बसत. जमिनीवरचे खडे बाजूला सारून, मांडी घालून जमिनीवरच बसत. काही इथं, काही तिथं पडलेल्या दगडाच्या शिळांवर बसत. सुतारमेटावर

फळ्या काढण्यासाठी आणून टाकलेल्या निंब, जांभूळ, बाभूळ अशा झाडांच्या खोडांवर बसत. सुतार आपलं काम करत आणि ही माणसं एकमेकांना तंबाखू-चुना देत-घेत काहीबाही बोलत. पीकपाणी, पाऊस, जनावरं हेच बोलण्याचे विषय असत. काही बातम्याही इथंच फुटत.

अगदी लहान पोर असल्यापासून मी सुतारमेट आणि तिथं काम करणारी माणसं पाहत होतो. कधी भोवरा करून घ्यायला, कधी विटी-दांडू करून घ्यायला, कधी चाकाचा बैल करून घ्यायला मला सुतारमेटावर जावं लागे. त्या काळी खेळणी बाजारातून आणण्याची पद्धत नव्हती. बलुत्याकडूनच करून घ्यायची. भोवरा सुतार करायचा; लोहार त्याला आरी बसवून द्यायचा आणि मांग वाखाची चरी वळून द्यायचा. गूंऽ गूंऽऽ करून फिरणारा भोवरा मिळवण्यासाठी तीन बलुतेदारांचे श्रम आणि कसब लागे. साहजिकच पोराटोरांनासुद्धा सुतारमेट, लोहाराचा भाता, मांगवाडा यांच्या खेपा कराव्या लागत.

'बाजार' ह्या माझ्या कथासंग्रहातील 'पिंजरा' ही कथा 'महाराष्ट्र टाइम्स'च्या दिवाळी अंकात प्रसिद्ध झाली. साल मला आठवत नाही. लेखन सुचण्यासाठी मला काही तरी प्रत्यक्ष अनुभव लागतो. केवळ कल्पनेनं क्वचितच काही लिहिता येतं. 'बाजार'मधल्या व्यक्ती इकडं-तिकडं भेटलेल्या, पाहिलेल्या आहेत. खोऱ्याचा मोडलेला दांडा बसवून घेण्यासाठी सुतारमेटावर आलेला भिवादादा विभुते, चांगला भरण्याचा शेतकरी मी पाहिलेला. गोपा सुतार मी पाहिलेलाच. आम्लपित्ताचा विकार असल्यामुळं सदैव ओकाऱ्या काढणारा त्याचा बाप मी आटपाडीला हायस्कूलला शिकत होतो, तेव्हा भेटला होता. हा कोणी देशपांडे होता. पण मी त्याला गोपा सुताराचा बाप केलं. गोपाला रामदास सांगणारे येसूतात्या हे गावातील बारबंदी घालणारे एक सत्प्रवृत्त गृहस्थ. मुलांची सहल घेऊन येणारे ते शिक्षक, ती मुलं, ते पांढऱ्या कपड्यांतले जीपमधून येणारे लोक – सगळे मी कधीमधी पाहिलेलेच, असे लेखनात आले आहेत. पण घर, प्रपंच, व्यवसाय ह्या सगळ्या जंजाळातून सुटका व्हावी, म्हणून स्वतःच्या हातानं भलामोठा लाकडी पिंजरा करून त्यात बसलेला गोपा सुतार कल्पनेतलाच आहे. पिंजऱ्यात बसलं, तरी रोजच्या जीवनातून सुटका होत नाही, हे जाणवताच पिंजरा पेटवून देणारा गोपा गोष्ट लिहिता-लिहिताच बराचसा आकाराला आला.

अगदी साध्या प्रसंगातून गावातील हिंदू आणि मुसलमान ह्यांच्यात दंगा व्हावा, एवढं बीज कसं पडतं, हे 'शमसू मुलाण्याला हरण सापडतं', ही कथा सांगते.

तालुक्याच्या गावाला मी गेलो आणि बाजारपेठेत कुणी तरी बातमी दिली की, अमक्या-तमक्याला माळरानात माळठिसकं जातीचं हरिण सापडलं आहे.

कुतूहल म्हणून मी ह्या मुसलमान पोराच्या घरी गेलो.

एवढ्या-एवढ्याशा घराच्या पडवीत, कोपऱ्याला चिंकारा जातीचं हरिण पाय दुमडून बसलं होतं. मी हात लावताच ते धडपडून उठलं आणि शेपटाकडचं अंग आखडून थरथरत उभं राहिलं. दगडधोंड्यांतून पळाल्यामुळं असो किंवा आणखी काही कारणानं असो – ह्याच्या चारी पायांना खुरांच्या वर लहान जखमा झाल्या होत्या.

मी चौकशी केली, "भाईसाब, कसं मिळालं हे तुम्हाला?"

हनुवटीवर विरळ दाढी आणि पान खाऊन रंगलेले दात असलेले पस्तीस-चाळीस वयाचे भाईसाहेब शेरडं पाळण्याचा व्यवसाय करत. मशिदीच्या जवळच त्यांचं घर होतं. ते कडवे मुसलमान आहेत, हे मी ऐकून होतो.

भाईसाब म्हणाले, "डभईच्या कुरणात मिळालं. दोन दिवसांमागंच करीची शिकार झाली. तीत आजूबाजूची चार-पाच गावं, कुत्री जमली होती. त्यांनी रान उठवलं, त्यात हेबी उठलं असंल. बरीच ताणपट्टी निघाल्यावर कुठं तरी जाळकटीत दडलं असंल. काल दिवस मावळायला मी शेरडं घराकडं आणताना केकताडात दिसलं. दमानं जवळ जाऊन मी धरलं आन् घरी आणलं."

"आता काय पाळणार हे?"

"हां, जगलं तर पाळूच."

एवढाच प्रसंग आणि एवढंच संभाषण. ह्या प्रसंगावर 'शमसू मुलाण्याला हरण सापडतं' ह्या कथेची इमारत रचली गेली आहे. क्षुद्र, वैयक्तिक भांडण बघता-बघता सामाजिक संघर्षाचं रूप घेतं. तालुक्याला, माझ्या गावी मुलाणी, तांबोळी ह्यांची कुटुंब मी पाहिलेली होती. त्यांची भाषा परिचित होती. सलम्या, शमसू खेकसून ज्याला, 'कायकू बिडी पिते है तुम! ढास मार मारके छातीका खोका बनाया!' असं म्हणतो तो बुड्ढा, बुड्ढी, मार्तंडा मांग... 'अंगाचा बोजा भारी, तसा आवाजही भारी, ऐकणाराला इराकतीला व्हावी, असा', असं ज्याचं वर्णन आहे, ते फौजदार कांबळे – ही कथेतील पात्रं इथं-तिथं पाहिलेली आहेत. ही कथा 'मौजे'च्या दिवाळी अंकात प्रसिद्ध झाली होती, असं स्मरतं.

गावगाडा विराट असा जगन्नाथाचा रथ असतो. चेंगराचेंगरी, दंगल, कैकांचं अपघाती मरण ह्यात असतं. 'गावगाडा' ही कथा सुचायला अगदी लहान कारण घडलं.

वाण्याचा गडी म्हणून दुकानात काम करणाऱ्या माणसाला अंधाऱ्या रात्री कोणी तरी मारहाण केली. कोणी केली, हे कळलं नाही. गावात बोलवा होती की, अमक्या तमक्यानं मारलं. कशाबद्दल? तर वाण्यानं हुकूम करताच कुत्रा मागं

लागावा, तसा हा वाण्याचे पैसे येणं आहेत अशा गावकऱ्यांमागे लागतो. पैसे वसूल झाल्याशिवाय पाठ सोडत नाही.

गावातल्या निंबाच्या पारावर रात्री उशिरापर्यंत गोष्टी चालत. साठ सालापर्यंत गावी गेलो की, मी ह्या पारावर जाऊन बसत असे. पार म्हणजे संध्याकाळी निघणारं वृत्तपत्र असे. अतिशय हुशार असे 'वार्ताहर' सुरस वार्ता देत. वर्तमानपत्रातील बातमी पुष्कळ वेळा लेखकाला विषय पुरवते; तसाच हा पारही पुरवत असे.

पारावर मी बातमी ऐकली आणि कथेचं बीज मनात पडलं. पुष्कळ काळ ते पडूनच होतं.

मी हायस्कूलमध्ये शिकत असताना तालुक्याला एक खास असामी पाहिली होती. बेताची अंगकाठी, बेताची उंची असलेला हा माणूस चाळिशी ओलांडलेला होता. डोईला कसाबसा गुंडाळलेला पटका, अंगात अंगरखा, पायांत काही नाही, खांद्यावर धोतर – असा ह्याचा वेश. चोपलेला चेहरा, उतरत्या मिशा, तीन-पाच दिवसांची दाढी. रोडकी पण काटक अंगकाठी. हातात नेहमी एक काठी. रस्त्यानं जाताना जो कोणी भेटेल, त्याला हात जोडून हा म्हणे, "राम राम, हो."

उलट रामराम येईच, असं नाही. माणूस ओळखीचा असो-नसो, गावचा असो की परगावचा, तरणा असो वा म्हातारा; त्याची जात-पात, अधिकार, प्रतिष्ठा यांपैकी कशाचाही विचार न करता हा आपला घोषणा करी, "राम, राम, हो."

कधी तरी पारावर ऐकलेल्या बातमीतला वाण्याचा गडी होऊन कित्येक वर्षांनी ह्यानं 'गावगाडा' कथेत मार खाल्ला. कारण काय, तर गावाबरोबर वाद घालणाऱ्या जातीतल्या माणसालासुद्धा हा रामराम घालतो आणि वाण्याच्या सांगण्यानुसार पैसे वसूल करण्यासाठी सारखा मागं लागतो, म्हणून गावच्या सरपंचाचा ह्याच्यावर राग. (माझ्या गावी सरपंच ह्या शब्दाचा उच्चार करताना 'प' वरचा अनुस्वार उच्चारीत नाहीत आणि 'च'वर थोडा जोर देतात.)

दुष्काळ हा माणदेशाच्या पाचवीलाच पुजलेला आहे. आता कुठं पाझर तलाव, धरणं, विहिरी, बोअरिंग झाल्यानं थोडा-फार फरक पडला आहे. नाही तर साधारणपणे तीन वर्षं सुकाळी गेली की, दुष्काळ यायचाच. दुष्काळात माणसं हीनदीन होतात, तशी काही प्रमाणात हिंसकही होतात. 'म्हपी' नावाची गावातली एक चोरटी कुत्री एका भडक डोक्याच्या पोरानं पकडून तिला फाशी दिल्याचं मी पाहिलं आहे आणि मेलेलं कुत्रं रानात टाकून त्यावर गिधाडं फाश्यात पकडून खाणारा फासेपारधीही बघितला आहे. ह्याला जेव्हा मी आश्चर्यानं विचारलं, "तुम्ही लोक गिधाडं खाता रे?"

तर... अंगात नुसता जुनापाना कोट अडकवून बेंबट उघडं दाखवणारा, कमरेला

फडकं गुंडाळलेला फासेपारधी म्हणाला, ''हां, पाटील, तुला ठावं न्हाई का – थोडी कोतमिर-मिर्ची लावून भाजला की, गिधूड कोंबडीवाणी लागतो!''

'दुष्काळ' कथेत मी मेदवाऱ्या नावाचा फासेपारधी आणला आणि फाशी दिलेल्या म्हपीचं धड, गिधाडांसाठी आमिष म्हणून न्यायला लावलं.

'बाजार' ह्या माझ्या लघुकथासंग्रहात पाचवी कथा आहे : 'परका'. कथेच्या सुरुवातीचा परिच्छेद असा आहे :

'आषाढाच्या महिन्यात आमच्या वाडीवरचं आभाळ सदोदित भरलेलं असतं. मावळतीकडून वारा सारखा भरारत राहतो. पावसानं काठोकाठ भरलेल्या ढगांचे कळप हाकून वाडीवर आणतो. जोगावलेल्या मेंढरांच्या कळपासारखा ढगांचा कळप वाऱ्याच्या भीतीनं सारखा दौडत राहतो. रानात मेंढरं बसावीत, तसा हा कळप कधी-कधी वाडीवर बसतो. चांगला पाऊस गळतो. वाडीतल्या पंचवीसभर झोपड्या भिजून चिंब होतात; गढूळ पाण्याचे पाट वाहतात. म्हाताऱ्या-कोताऱ्यांना हीव भरतं. जनावरं अंगं आखडून गप्प उभी राहतात. आम्हाला मात्र पावसाची मजा वाटते.'

म्हणजे, ह्या कथेचा निवेदक बालपणीचा अनुभव सांगतो आहे. बाळ होऊन सांगण्याचा त्याचा प्रयत्न आहे. माणदेशात उंट हा प्राणी दुर्मीळच. पण स्वराज्य मिळण्याच्या आधी माझं गाव औंध संस्थानात होतं. संस्थानातला एक तालुका – आटपाडी माझ्या खेड्यापासून पाच मैलांवर होता. तालुक्याचं सरकारवाड्यासाठी येणारं टपाल राजधानी औंधहून सांडणीस्वार घेऊन येई. सांडणीस्वार म्हणजे उंटावरचा शहाणा. हा आठवड्याला येई का पंधरा दिवसांनी, हे आता माझ्या स्मरणात नाही. पण औंध गावी ज्यांची मुलं शिक्षणासाठी ठेवली आहेत, अशा आया ह्या सांडणीस्वाराची वाट पाहत. त्याच्याबरोबर खुशाली कळवली जाई. सांडणीस्वार मुसलमान असे. सगळे माहूत आणि सगळे सांडणीस्वार मुसलमानच का; कोणी देशपांडे, कुलकर्णी, पाटील का नाही, याचं मला कोडं असे. हा परत औंधाला निघाला की, शिकणाऱ्या मुलांसाठी आया बेसनाचे, रव्याचे, मुगाचे लाडू पाठवत.

आम्ही लहानपणी उंट पाहिला, तो सांडणीस्वाराचा. माझ्या माडगूळच्या शाळेत भिंतीवर प्राण्यांची मोठमोठी रंगीत चित्रं लावलेली होती. ससा, लांडगा, हत्ती, उंट – अशी. असा एखादा प्राणी आपल्या गावात असावा, असं वाटे. हत्ती असावा, उंट असावा.

'परका' ह्या कथेत लहानवाडीच्या माळरानात खेळणाऱ्या मुलांना लांबून येणारा कोणी प्राणी दिसतो. हा एक चुकारीचा उंट असतो. (औंध सरकारनं पाळलेले उंट

काही वेळा चरण्यासाठी आमच्या गावाशेजारच्या डभई कुरणात येत.) तो पहिल्यांदा मुलांना दिसतो. त्यामुळं हा आपल्या मालकीचा आहे, असं मुलांना वाटतं. ह्या उंटाला घेऊन ते वाडीत येतात. झिमझिम पाऊस पडत असतो. उंट भिजून आजारी झाल्यासारखा दिसतो. त्याला कुठं तरी चार भिंतींच्या आत बांधावा, असं मुलांना वाटतं. त्याचं खाणं काय, हेही त्यांना माहीत नसतं. ओटा भरून शेंगा आणतात, उंटांच्या पुढं करतात; पण ह्या खाण्याकडं उंट पाहतही नाही. तो आजारल्यासारखा दिसतो.

पावसात भिजणाऱ्या उंटाला निवाऱ्याला बांधावं, म्हणून पोरं ही-ती जागा बघतात. पण वाडीत शेरडं, मेंढरं, म्हशी, बैल बांधायला जागा असते; उंच उंटाला जागा कुठून आणणार?

देवळात बांधू या का?

पण म्हसोबादेवाचं देऊळही बुटकंच असतं. उंटाचं डोकं देवळाच्यावर दिसतं.

अखेर पावसात भिजणारा आजारी उंट वाडीबाहेरच्या माळावर मरून पडतो.

पोरं म्हणाली, ''आपल्या गावाचा काही उपयोग नाही. हितं उंटाला जागा नाही.''

ही गोष्ट लिहितानाच माझ्या मनात आलं – आपण सर्वसाधारण माणसं खुजीच असतो. इथं जे-जे खुजं, बुटकं आहे; त्याला जागा असते.

काही उत्तुंग असं, कर्तृत्ववान असं माणूस आलं; तर त्याला जागा नसते.

मरून जावं लागतं किंवा खुजे लोक मारतात.

जे-जे उत्तुंग आहे, ते इथं परकंच आहे.

पोरवयात, तरुण वयात मी शिकारीचा नाद केला. ह्या नादात मी बरंच शिकलो, शहाणा झालो. निसर्गातली एक-दोन किंवा कबीराच्या भाषेत सांगायचं झालं, तर अडीच अक्षरं कळू लागली. या नादामुळं पुष्कळ हिंडलो, बरंच पाहिलं. वैदू, फासेपारधी, रामोशी, मांग, कातकरी, बैगा लोकांची संगत-सोबत मिळाली. त्यांची भाषा, त्यांचं जीवन ह्यांचा थोडा-फार परिचय झाला.

पकुर्ड्या म्हणजे सँडग्राऊज पक्षी. उजाड माळरानात यांची वस्ती असते. साठ-बासष्ट सालापर्यंत हे माझ्या गावाच्या आसपास पुष्कळ दिसत.

मला बाळपणी अंगावरचं दूध पाजलेली दुसरी आई बायजा आणि तिचे आजारी मालक, गावचे पाटील ही 'पकुर्ड्या' कथेतील प्रमुख पात्रं आहेत.

भेटायला गेल्यावर हळू आवाजात पाटलांनी सांगितलेलं असं – ''अरं, शिकार करतोस, तर मला दोन पकुर्ड्या दे की मारून! लई वर्सं झाली खाऊन.''

''देईन की, त्यात काय मोठी मामलत आहे, पाटील! आधी सांगावा पाठवला

असता, तर केव्हाच दिल्या असत्या. कालचा दिवस सुना गेला, नाही तर रोज दहा-बारा, दहा-बारा पकुर्ड्या मिळतात.''

त्यावर हळू आवाजात पाटील म्हणाले होते, ''अरे, सरावन म्हईना हा. त्यात माझ्या गळ्यात पंढरीची माळ. तुजी मावशी मला धे बाटवू द्यायची न्हाई. कसा सांगावा पाठवू? तू आपला गपचीप पकुर्ड्या मार आन् तुळशीरामाच्या बायकोपाशी आनून दे. ती चोरून करंल आन् घालंल मला.''

श्रावण महिना हा धार्मिक म्हणून पाळला जातो. ह्या महिन्यात रामोशी लोकसुद्धा मांस-मच्छर खात नाहीत. त्यात पाटील माळकरी, म्हणजे त्यांना हे खाणं कायमचं वर्ज्य. तुळशीराम म्हणजे पाटलांचा माझ्याबरोबरचा मुलगा. माझी मावशी म्हणजे पाटलांची कर्तबगार, कनवाळू मालकीण – माझी दूध-आई.

पाटलांच्या भेटीनंतर (पाटलांना बहुधा फुप्फुसाचा कर्करोग झाला असावा.) रात्री कंदील घेऊन बायजामावशी माझ्याकडे येतात.

''यंकटराव, माजं एक काम कराल का?''

''काय हो मावशी?''

खासगी आवाज काढून मावशी म्हणाल्या, ''एवढी शिकार करता; चार-दोन पकुर्ड्या आणून द्या मला. बोलू नका कुनापाशी, पन पाटलांस्नी फार चव हाये पकुर्ड्याची. आता सरावण हाये. गळ्यात माळ हाये. पन मी म्हनलं, असू दे तिकडं! खाऊ देत. तोंडाला चव येईल. तुमी आनून द्या. मी माझ्या हातानं करून घालीन तेस्नी. मग कोण काय बोलंल, ते बोलू दे तिकडं!''

मी गप्प झालो. हळूच विचारलं, ''श्रावणात मटण खाणं पाटलांना चालंल का, मावशी?''

''पकुर्डी म्हनल्यावर एकादस असली, तरी खातील. लई आवडीची वस्तू हाय त्येंच्या.''

''तसं काही म्हणाले तुमच्यापाशी?''

''न्हाई वं यंकटराव, माझ्याच मनात आलं. कशी बोलू म्हनलं आन् गप्प राहिले. पन मग इचार केला, बगा. आता कशाचा सरावन आन् कशाची माळ. धरणीवर पडलेलं मानूस – त्येच्या जिवाला जेवढं सुख होईल, तेवढं बगावं!''

बायजामावशीनं डोळ्यांना पदर लावला. आपल्या कपाळाचं कुकू आता फार काळ राहणार नाही, हे तिला मनोमनी कळलं असावं.

माणूस ह्या जीवनात किती साध्यासुध्या गोष्टींची अपेक्षा करतो आणि हे जीवन एवढं आडमुठं आहे की, त्याच्या लहानसान अपेक्षासुद्धा ते पुऱ्या होऊ देत नाही.

'पकुर्ड्या' कथेतला नायक पाटलांना शेवटपर्यंत पकुर्डी देऊ शकत नाही. त्याचे बार चुकतात.

सुट्टी संपते. परत शहरात जाण्याचा दिवस येऊन ठेपतो. आता जवळची सगळी काडतुसं उडवून संपलेली असतात. चार मैल दूर स्टेशनवर बैलगाडीतून जाताना पकुर्ड्यांचा थवा अचानक दिसतो, शांतपणे बसलेला; पण आता काहीच उपयोग नसतो. बंदुकीत काडतुसं नसतात. ती केव्हाच संपून गेलेली असतात.

शहाणा बापू रामोशी म्हणतो, ''मालक, पुन्य कुनाचं उणं म्हणावं – पाटलाचं, पाटलिणीचं... का तुमचं?''

ही कथा मी बऱ्याच वर्षांमागं लिहिली आहे. कधी, कोणत्या मासिकात आधी प्रसिद्ध झाली, हेही आठवत नाही. पण सगळी पात्रं ठळक आठवतात.

आई होती, तोवर मी प्रत्येक श्रावणमासात एक महिन्याची सुट्टी घेऊन गावी जात असे. रानातल्या पडळीत मुक्काम टाकत असे. दिवसभर रानं-वनं धुंडीत असे. सोबतीला शिकारीतला मित्र बापू रामोशी असे. अशा एका मुक्कामात, अंथरूण धरलेल्या पाटलांनी पकुर्डी खाण्याची इच्छा बोलून दाखवल्याचंही आठवतं. हे माझ्या मुक्कामाच्या अगदी शेवटी-शेवटी झालं. काडतुसं संपत आली होती, तरी मी आणि बापू खूप हिंडलो. पकुर्ड्या मारण्यासाठी आम्ही खूप आटापिटा केला. पण एकसुद्धा पकुर्डी मिळाली नाही. मला पाटलांची इच्छा पुरी करता आली नाही.

आता पाटील नाहीत, पाटलीणमावशी नाहीत आणि शिकारीतला मित्र बापू रामोशीही नाही. मी तपशील विचारावा, असं कोणी राहिलेलं नाही.

काही कथा आपल्या पुढ्यातच घडतात. काहींत पात्र म्हणून आपणच असतो. 'पकुर्ड्या' ही 'बाजार' संग्रहातली कथा अशीच आहे.

'अहमद शाबाजी' ही कथाही पुढ्यात घडलेली मी पाहिली.

'देना मांग' ह्या कथेतल्या देनाचं नावच कदाचित वेगळं असेल, बाकी कथा पुढ्यात घडली आहे.

कराड-विटे मार्गावर सुर्लीचा घाट आहे. हा घाट चढून गेल्यावर डाव्या हाताला एक गाडीरस्ता आत गेला आहे. ह्या रस्त्यानं आत गेलं की, सुर्ली हे लहानसं गाव लागतं. वयाच्या आठव्या-नवव्या वर्षी मी ज्या लेखकाची 'शिपाई' कादंबरी अतिशय तन्मयतेनं वाचली, त्या लेखकाचं हे गाव. त्याच्याच मुलांनी मला आपल्या घरी चार-आठ दिवस राहण्यासाठी बोलावलं होतं. ह्या मुक्कामात मला देना भेटला.

कथेच्या शेवटी मी इच्छा व्यक्त केल्याप्रमाणं अद्याप तरी देना कधी मला येऊन भेटलेला नाही. बंदुकीचा परवाना मिळण्याइतपत प्रतिष्ठा आणि जमीनजुमला, पैसा-अडका त्याला ह्या बदलत्या काळात मिळाला का नाही, हे मला कळलेलं नाही. पण अजूनही मला वाटतं की, 'बाजार' कथासंग्रहाच्या पानांतून बाहेर पडून

हा देना माझ्याकडे येईल. जसा ‘माणदेशी माणसं’तला ‘झेल्या’ आला होता, जसा मुलाण्याच्या बकसचा नातू मला भेटला होता; तसा हाही कधी ना कधी, कुठं तरी भेटेल. कारण ते कागदावरचं पात्र नाही; प्रत्यक्ष जीवनात वावरणारं आहे.

‘गोष्ट’ माझ्या घरातच, म्हणजे ११०/१०, ‘अ क्ष र’, एरंडवणे, पुणे-४ येथेच घडलेली आहे. ज्यानं गोष्ट ऐकली आणि घडवली, तो लहान बाबा आता तीस वर्षांचा होऊन कॅलिफोर्नियात सरकारी नोकरी करतो. गाय, वासरू, वाघ यांच्याशी त्याचा काही संबंध उरलेला नाही.

ही कथा ‘सत्यकथे’त प्रसिद्ध होताच सुनीताबाई देशपांडे यांचं पत्र आलं होतं. त्यांना गोष्ट फार आवडली होती. लेखनासंबंधी आलेल्या पत्रांचा बराच मोठा साठा माझ्या संग्रही आजही आहे. पण त्यांत कधी हे सुनीताबाईंचं पत्र हाती लागलं नाही.

‘आळ’ ही कथा गप्पांच्या बैठकीत माझ्यापेक्षा वडील आणि व्युत्पन्न अशा पंडितांनी सांगितली. संत-महात्म्यांच्या दंतकथा निर्माण होतात, तशीच ही झाली असावी. प्रत्यक्षात लिखित चरित्रात कुठं संदर्भ सापडला नाही. तेव्हा मी नाव वगळून ही कथा लिहिली.

संग्रहातली शेवटची कथा म्हणजे ‘बाजार’.

कुठले-कुठले रंगीत तुकडे एकत्र करून त्यांतून तिसरंच एक स्वतंत्र चित्र तयार करावं, तशी ही झाली आहे.

मला रविवारी जुन्या बाजारात चक्कर टाकणं फार आवडतं. पुणे स्टेशनकडे जाणाऱ्या रस्त्यावर रविवारी कोंबड्यांचा बाजार भरतो. तो बघण्यासारखा असतो. नाना जातींची माणसं आणि नाना जातींची पाखरं तिथं बघायला मिळतात. पोपट, मुनिया, पांढरे ससेसुद्धा विकायला येतात.

खरं-खोटं... काय, कोण जाणे; पण एका गिऱ्हाईक बाईच्या कमरेला लावलेल्या पिशवीतलं धुळीत पडलेलं पावली हे लहान नाणं कोंबडीनं गिळल्याचा बोभाटा मी तिथं ऐकला होता.

बोटीवरून चालविलेल्या शहामृग पक्ष्यांचा थवा बघायला पिंजऱ्याच्या काठाशी उभ्या असलेल्या कोणा महाराजाच्या फेट्यावर असलेला माणकांचा तुरा शहामृगाच्या पुढ्यात पडला आणि त्यानं तो गिळून टाकला. हा साळसूद शहामृग माणिक गिळून पुन्हा थव्यात मिसळला. पाच-पंचवीस शहामृगांपैकी कोणत्या शहामृगानं माणिक गिळलं, याचा शोध न लागल्यामुळं सगळ्या बोटीवर हलकल्लोळ माजला आणि कोणा अरबी व्यापाऱ्याचे सगळे शहामृग मोठमोठ्या किमतीला विकले गेले, अशीही एक गोष्ट मी ऐकली होती. ह्या सगळ्यांतले रंगीत तुकडे

एकत्र येऊन 'बाजार' ही कथा जन्मली आहे.

'बाजार' हा कथासंग्रह सत्त्याहत्तर ऑक्टोबरला प्रसिद्ध झाला. आजतागायत त्याची दुसरी आवृत्ती प्रसिद्ध झालेली नाही, आता होईल. ह्या कथांचं पुढं काही विशेष झालंही नाही. भाषांतरं नाहीत, चित्रपट नाही; नाटक, रेडिओ-रूपांतर नाही; टी.व्ही. वर काही नाही. समीक्षणं वगैरेही काही नाही. ह्यातील कथांचा कुठं कधी उल्लेख झाल्याचंही स्मरत नाही. पाठ्यपुस्तकात माझ्या काही कथा घेतल्या आहेत. काही संग्रह अभ्यासक्रमात लावले गेले आहेत. 'बाजार'संबंधी असं काही सांगता येण्यासारखं नाही. 'माणदेशी माणसं', 'बनगरवाडी', 'गावाकडील गोष्टी', 'सीताराम एकनाथ', 'वावटळ', 'सती' ह्या पुस्तकांसंबंधी सांगण्यासारखं पुष्कळ घडलेलं आहे; तसं काही 'बाजार'संबंधी नाही.

एकच आठवण माझ्या स्मरणात आहे. पुस्तक छापताना 'आळ' ह्या गोष्टीतील शेवटचे दोन-तीन परिच्छेद छापायचे राहिले होते. कथा अर्धवटच छापली गेली होती. माझ्या हाती जेव्हा पहिल्या दहा प्रती आल्या, तेव्हा मी चकित झालो. असा प्रकार ह्यापूर्वी कधी घडला नव्हता.

प्रकाशकांच्या मी हे ध्यानी आणून दिल्यावर ते म्हणाले, ''आपण सुधारून घेऊ.''

सुधारलेल्या प्रतीही माझ्याकडं आल्या, पण दरम्यान काही प्रती विकल्या गेल्या असाव्यात.

कारण अलीकडं दुसऱ्या आवृत्तीची प्रुफं माझ्याकडं आली, तेव्हाही 'आळ' गोष्ट अर्धवटच आहे, असं दिसलं.

दुसऱ्या आवृत्तीसाठी दुसऱ्या प्रकाशकांनी मिळवलेल्या प्रतीतही ही गोष्ट अर्धवटच होती.

एवढी एक गोष्ट सोडली, तर सांगण्याजोगं 'बाजार'बाबत काही घडलेलं नाही.

■

७

दफ्तर : एका लेखकाचे

एकोणीसशे सत्तेचाळीस सालापासून आजतागायतची काही पत्रं माझ्या संग्रही आहेत. लेखकाला आलेल्या पत्रांतून त्या वेळच्या वाङ्मयीन वातावरणावर काही ओझरता प्रकाश पडेल का? माझी आई म्हणे, ''अरे, वारंवार घरी येणं जमलं नाही कामधंद्यामुळं, तरी बोटभर पत्र पाठवावं. पत्र ही अर्धी भेट असते.''

ही सगळीच काही कुशल कळवणारी वा पुसणारी पत्रं नाहीत. पण तरीही त्या अर्ध्या भेटीच आहेत. लेखक आणि समकालीन लेखक, लेखक आणि प्रकाशक, लेखक आणि वाचक, लेखक आणि संपादक यांच्यातील जिव्हाळ्याचे हे उबदार, चमकदार कवडसे आहेत. काही बोटभर पत्रं अशी आहेत की, त्यांवरून पत्रलेखकांच्या चेष्टेखोर स्वभावावरही प्रकाशझोत पडतो.

पत्रलेखकांपैकी काही आता वेगवेगळ्या उच्च पदांवर आहेत, काहींनी कलाप्रांतात आपल्या कर्तबगारीनं अग्रस्थान मिळवलं आहे, काही आपणांतून निघूनही गेले आहेत. ही पत्रं आज वाचताना झाल्या घटना, मागं पडलेला काळ ह्यांतून आपण हिंडून-फिरून येतो.

साहित्यातील आपल्यापुरतं तरी एक 'पर्व' वाचायला मिळतं. अनेक आठवणी जाग्या होतात. तेव्हाचा वाङ्मयीन काळ उलगडत जातो.

माझ्या लेखनाच्या सुरुवातीच्या काळात, बडोद्याहून प्रसिद्ध होणारे 'अभिरुचि' हे मासिक वाङ्मयीन नियतकालिक म्हणून खूपच गाजलेलं होतं. पुरुषोत्तम आत्माराम चित्रे आणि त्यांची पत्नी विमलाबाई चित्रे ही दोघं अभिरुचीचं संपादन करत. 'अभिरुची'चं पहिलं कार्ड ९.१०.४७चं आहे. मी कोल्हापूरला असताना आलेलं. कार्डाच्या शिरोभागीच छापलेलं आहे, 'अभिरुची मराठी मंथली जर्नल डिव्होटेड टू लिटरेचर अँड फाईन आर्ट्स.'

बडोदा

श्री. व्यंकटेश माडगूळकर यांस,

स.न.वि.वि.

आपण दिवाळी अंकासाठी 'देवा सटवा महार' ही सुंदर गोष्ट पाठविलीत, याबद्दल फार आभारी आहोत. ती दिवाळी अंकात घेतली आहे.

कळावे. असाच लोभ असू द्यावा.

आपला

पु. आ. चित्रे

ता. क. : आपले बंधू श्री. ग. दि. माडगूळकर यांचेकडून काहीच साहित्य कसे आले नाही?

दुसरं पत्र पुण्याच्या 'पंताचा गोट, खोली नं. ३' ह्या पत्त्यावरचं आहे.

बडोदा

१३.१२.४७

आपल्या ९.१२.४७च्या पत्रामुळे आम्हाला फार आनंद झाला.

दिवाळी अंकाविषयी आपण आपले मत इतक्या आपुलकीने, तपशीलवार व नि:संकोच कळविले, याबद्दल फार आभारी आहोत. आपल्या आपलेपणाच्या अभिनंदनाबद्दल कृतज्ञ आहोत.

कथास्पर्धेविषयीही आपण चिकित्सापूर्वक विचार केलेला दिसतो. परीक्षकांचा जो यायचा, तो निकाल योग्य वेळी – बहुधा, फेब्रुवारी १९४८ अंकी येईलच, पण आम्हाला तर गंगाधर गाडगीळ, गोखले, देशपांडे इत्यादिकांबरोबर आपल्या काही कथाही चांगल्या दर्जाच्या वाटल्या व तसे अधूनमधून मी आपल्याला लिहिलेही होतेच. कथास्पर्धेचा नाही तरी हेतू हाच की, चांगल्या कथा निर्माण व्हाव्यात. तो हेतू आपल्यासारख्यांच्या सहकार्याने बराच सफल झाल्याचे समाधान आम्हाला वाटत आहे.

व्यक्तिश: आपण व आपले बंधू ग. दि. माडगूळकर यांच्याविषयी आम्हाला अतिशय आशा व अपेक्षा आहेत. त्या पूर्ण होण्याजोगे लेखन आपणाकडून होवो, अशी इच्छा आहे. आपल्या बंधूंना जुन्या शाहिरी वाङ्मयावर विवेचक लेख लिहिण्यासही मी मागे सुचविले होते. लवकरच आपण दोघांनीही आपापले काही नवे साहित्य पाठवावे, अशी साग्रह विनंती आहे.

कळावे, लो. अ. ही वि.

आपला,

पु. आ. चित्रे

वर्षभरात प्रसिद्ध होणाऱ्या उत्तम कथेला दोनशे रुपयांचे पारितोषिक 'अभिरुची'ने जाहीर केले होते. बऱ्याच कथालेखकांनी वर्षभर अभिरुचीय कथा लिहिल्या. संख्येवर मर्यादा नव्हती.

गंगाधर गाडगीळ यांच्या 'कडू आणि गोड' ह्या कथेला आणि माझ्या 'देवा सटवा महार'ला विभागून पारितोषिक मिळाले.

मी अपेक्षा ठेवली नव्हती. चकित झालो. 'अभिरुची'चे पारितोषिक आणि शंभर रुपये ह्या दोन्ही गोष्टी मोलाच्या होत्या.

मासिकाला कथा पाठवली की, संपादक स्वत:च पोच देत. ती सविस्तर असे.

पुणे

२२.०२.५०

श्री. व्यं. दि. माडगूळकर यांसी,

स.न.वि.वि.

आपल्या 'माणदेशी माणसं'ची नुकतीच अकस्मात भेट झाली. भलीबुरी आहेत बिचारी. मराठी वाङ्मयप्रांतात अजरामर होतील. या माणसांनी वाचकांच्या अपेक्षा खूपच वाढवून ठेवल्या आहेत. त्या उत्तरोत्तर पुऱ्या होत राहतील, अशी उमेद आहे.

कळावे, लोभ असावा, ही विनंती,

आपला

ग. खं. पवार

माटुंगा

१८.९.५०

प्रिय व्यंकटेश,

तुझं पत्र गेल्याच आठवड्यात मिळालं. मी तुला पुस्तकं पाठवली, तेव्हाही एक पत्रही टाकलं होतं. पण पत्रावर, पुणे-३ असं चुकीनं लिहिल्यामुळं बहुधा ते तुला मिळालं नसावं. तुझ्या पत्रात उल्लेख केलेलं ग.रां.चं पत्र मला मिळालं नाही.

यंदा किती डझन दिवाळी अंकांत आहेस? गावाकडच्या गप्पांना कसा काय रिस्पॉन्स मिळतो आहे?

आता माझं एक काम कर – 'माझ्या आयुष्यातील एक वैशिष्ट्यपूर्ण प्रसंग' ह्या विषयावर अगदी 'लाइट' असा २० ते २४ ओळींचा मजकूर

माझ्या पत्त्यावर पाठवून दे. एका दिवाळी अंकासाठी हवा आहे. मी त्यांना तुझ्यावतीनं शब्द दिला आहे.

ग.रां.ना नमस्कार कळव. त्यांची दोन पुस्तकं माझ्याजवळ आहेत; अजून वाचली नाहीत. त्यांना घाई नसेल, तर सावकाश वाचीन म्हणतो.

और कुछ हालहवाल सुनाओ.

कथासंग्रह प्रसिद्ध झाला काय?

तुझा
सदू रेगा

ही दोन पुस्तकं म्हणजे – फिलिपिनो लेखक कार्लो बुलोसान याचं 'लाफ्टर वुईथ माय फादर' आणि जॉन स्टाईनबेकचा 'रेड पोनी' हा सुंदर चित्रांनी सजवलेला कथासंग्रह. प्रभात रस्त्यावरच्या 'मोहनतारा' पत्त्यावरचं पत्र आहे. तेव्हा ग. रा. कामत मौज, सत्यकथा सोडून चित्रपटात काम करावं, ह्या इराद्यानं पुण्याला आले होते आणि काही महिने माझ्याकडे राहिले होते.

'लाइट' म्हणून रेग्यांनी लिहायला सांगितलेल्या मजकुराबद्दल मी 'एक प्रसंग' नावाची गंभीर कथा लिहिली. ती 'वीणा'त प्रसिद्ध झाली.

२८.९.५१

प्रिय व्यंकटेश,

'सर्व्हिस मोटार' ही आत्ताच पोहोचली. पटवर्धन व मी दोघांनी वाचली. कथा अप्रतिम आहे. एकदा मी तुमच्याकडून ऐकलेली असतानाही मी अगदी ढवळून गेलो. पटवर्धनांचे तसेच. १०-१५ मिनिटे काही न करता ती मनात घोळवीत बसलो. कशाकडे लक्षच लागेना. मन:पूर्वक अभिनंदन व आभार. बुक-पोस्ट या वेळी रजिस्टर करून तुम्ही पाठविले, त्यात तुमचा आत्मविश्वास व काळजी नकळत व्यक्त झाली का?

सर्वांना नमस्कार.

कळावे.

आपला
श्री. पु. भागवत

१४३/१४६ भवानी पेठ,
सातारा शहर
१८ मे १९५३

प्रिय श्री. माडगूळकर

लिहीन-लिहीन म्हणता आठ दिवस उशीर झाला. आठ दिवसांपूर्वी 'सत्यकथा' अंकातील 'या दत्तारामाचे काय झाले?' ही तुमची कथा वाचली. कथा अतिशय आवडली. त्यातही विशेष म्हणजे, तुमची निवेदनपद्धती. प्रत्येक पात्र लेखकाचा आधार न घेता वाचकांच्या डोळ्यांसमोर ठसठशीतपणे उभे राहते, हे ह्या निवेदनाचे पहिले वैशिष्ट्य. निर्मळ मराठी भाषा आणि नेमक्या उपमा – ही नंतरची. दत्ताराम करीत असलेला बत्तीसारखा आवाज वाचल्याबरोबर मनाला पटला. 'त्याची कलती मान, पायाकडे बघणे, लाजणे आणि हसत-हसत खांद्याला कान घासणे' समोर दिसू लागते. कुटलेल्या पानाचा तांबूस लगदा, मांजराच्या पोरासारखा बारीक आवाज... सर्व वाचून निरीक्षणाविषयी हेवा वाटतो.

एकच उणीव मला वाटली. शेवटच्या परिच्छेदातील तपशिलाने, रमाबाईच्या व्यक्तित्वात मूळचे जे कारुण्य आहे, ते थोडे नाटकी होते व त्याची धार किंचित कमी होते. तुम्हाला काय वाटते, ते कळवावे.

हा सर्व विचार झाल्यानंतर एकच विचार मनात घोळत राहिला. तुमची अकृत्रिम, समर्थ भाषा. त्याबद्दल अजूनही तुमचा हेवा वाटत आहे. अशी भाषा ज्या शुद्ध मराठी रक्तातून येते, ते रक्त माझ्या धमन्यांतून कधी खेळेल, हा प्रश्न उभा राहतो. इंग्रजी व संस्कृतची पुटे कधी जातील, कोण जाणे. असो.

गोष्ट आवडली. आनंद झाला, तो व्यक्त केला. श्री. कामतांना नमस्कार सांगावा.

कळावे.

तुमचा स्नेहांकित,
स. शि. भावे

मी प्रभात रस्त्यावर 'मोहनतारा'त राहत होतो, तेव्हा श्री. स. शि. भावे आणि त्यांचे स्नेही श्री शरच्चंद्र चिरमुले गप्पा मारायला वारंवार येत असत.

मौज प्रकाशन लि.
मुंबई
२१.०४.५३

स.न.वि.वि.

'दत्तारामचे काय झाले?' ही कथा पोचली. फर्स्ट क्लास वाटली. तुमचा फॉर्म परत आलेला दिसतो. गोखल्यांची कथाही आजच आली. चांगल्यापैकी आहे. अजून अण्णांच्या गोष्टीचा पत्ता नाही. तुम्हाला भेटले, तर त्यांना आठवण करावी. तुमची कथा आल्यामुळे कथा अंकाविषयी थोडा तरी विश्वास वाटू लागला आहे.

अच्छा. लोभ वाढावा, ही विनंती.

आपला
राम पटवर्धन

तेव्हा राम पटवर्धन मौज, सत्यकथेत होते.

भगवान आर्ट प्रॉडक्शन
चेंबूर
११.२.५४

श्री. व्यंकटेश माडगूळकर,

जय हिंद!

आपणास मी रविवारी पुण्यास येतो, म्हणून पत्र लिहिलं. त्याप्रमाणे मी पुण्यास आलो असेन, म्हणून महाराष्ट्र क्लबवर आपण चौकशी केली असेलही. पण सगळाच 'सस्पेन्स.'

काही महत्त्वाच्या कामामुळे पुण्यास येऊ शकलो नाही; आणि कामाच्या गर्दीत हे पत्र लिहीपर्यंत आपणास कळविण्याइतकी सवडही झाली नाही. तरी क्षमस्व.

अजून आठवडाभर मला पुण्यास येता येणार नाही. म्हणून शनिवारी आपण इथं मुंबईस या. म्हणजे तीन-चार दिवस इथंच डिस्कस करू आणि नंतर हवं असल्यास आपण सोबतच पुण्यास निघू.

आपला,
भगवान पालव

मा. भगवान यांनी हस्ताक्षरात हे पत्र पाठवलं आहे. पुढे, माझ्या डायरीत नोंद आहे, ती अशी :

दि. १९, शनिवार, फेब्रुवारी १९५५.

'स्क्रीन'मध्ये आलेलं 'हल्ला-गुल्ला'चं परीक्षण वाचलं. चित्र चांगलं झालं नाही. पटकथा ठिसूळ आहे. पण माझा त्यात काही दोष नाही. मी तिथं फक्त कारकुनी केली.

मा. भगवान माझ्याशी फार उत्तम तऱ्हेने वागले. आपल्याला हवी तशी कथा त्यांनी लिहून घेतली. त्यांचे बंधू शंकर पालव (हे कॅमेरामन होते), भगवान आणि एहसान रिझवी असे आम्ही चौघे कथेवर चर्चा करायला बसत असू.

स्टंटपटात काम करणारे बाबूराव पहिलवान आणि इतर अनेक भाईलोकांशी इथं माझा परिचय झाला. चकित करणारं असं हे एक वेगळं जग होतं. पहिलवान बाबूरावांची मूठ एकवार मी चाचपून पाहिली. ती लोखंडी लागली.

मी विचारलं, "पहिलवान, ह्याच्यासाठी काय करावं लागतं?"

"तयारी पुरी होईस्तोवर खांबाला ठोशे द्याचे!"

मग पहिलवानांनी सिनेमा शूटिंगच्या वेळी आपली कोणकोणती हाडं मोडली, ते सांगितलं.

मास्टर भगवान यांची कथा मी लिहिली; त्यांच्या चित्रपटात काम करण्याची मला इच्छा झाली नाही, हे किती बरं झालं!

मुंबई
५.७.८४

श्री. व्यंकटेश माडगूळकर यांस

स.न.वि.वि.

'छंद'च्या पहिल्या अंकासाठी 'स र वा' हे सदर आपल्याच लेखाने सुरू व्हावे, अशी माझी इच्छा आहे. कृपा करून १५ जुलैपर्यंत मजकूर पाठवावा. 'स र वा' ह्या शब्दावर एक लहानसे टिपणही पाठवावे.

मी ऑगस्टमध्ये पुन्हा एकदा तिकडे येणार आहे, तेव्हा भेटूच.

कळावे, लोभ असावा, ही वि.

पु. शि. रेगे

स र वा म्हणजे, रानातलं उभं पीक काढल्यानंतर रानात गळून पडलेले दाणे. गोरगरीब हा 'सरवा' वेचतात. तो त्यांना मिळतो. लेखनाचं मोठं पीक काढल्यावर काही सरवा उरतो. त्यावर हे सदर असावं, असं मी कविवर्य रेग्यांपाशी बोललो

होतो. हे सदर मी कधी लिहू शकलो नाही.

पुढं, आकाशवाणीवर मी हे सदर सुरू केलं. एका पुणेरी श्रोत्यानं रागात पत्र लिहिलं, स र वा म्हणजे काय? हा शब्द मराठीच आहे का? त्याचा अर्थ काय?

मी त्यांना उत्तर लिहिलं, अर्थ कळवला. तो पटेल, न पटेल, म्हणून सांगितलं – 'मोल्सवर्थ' पाहावा. आठशे तीस पानावर अर्थ दिलेला आहे.

गद्य लेखकापाशी काही कल्पनाकण राहतात; ज्यांची कथा होत नाही, ललित लेख होत नाही, व्यक्तिचित्र होत नाही, आठवण होत नाही.

हा सरवा वेचलाही जात नाही.

माटुंगा
२.८.५४

प्रिय व्यंकटेश,

श्री. मंगेश पाडगावकर, शांताराम, भानू शिरधनकर प्रभृतींच्या साह्याने मी येथील नीलिमा प्रकाशनातर्फे 'वीणा' नावाचे डायजेस्ट मे महिन्यापासून सुरू केले आहे. आपल्यासारख्यांच्या साह्याची नि मार्गदर्शनाची आम्हांस नितांत आवश्यकता आहे. तेव्हा विनंती ही की, दिवाळी अंकासाठी छोटेखानी कथा आपण २५ ऑगस्टपर्यंत पाठवून मला उपकृत करावे. यथाशक्ति मोबदला अर्थातच पाठवीन. आपला वैयक्तिक स्नेह लक्षात घेता आपली कथा मिळण्यास प्रत्यवाय असू नये, असे वाटते. प्रेस फारच लहान असल्यामुळे १ सप्टेंबरपासून छपाईला सुरुवात करावी लागणार आहे. आपल्या कथेची वाट पाहतो. कोणत्याही परिस्थितीत नाही म्हणू नये.

या निमित्ताने का होईना, पण बरेच दिवसांनी आपणास हे पत्र लिहायचा योग येत आहे, ही आनंदाची गोष्ट आहे. आपण कादंबरी लिहावयास घेतली आहे, असे 'मौज' कचेरीतून कळले. कधी पुरी करणार? माणदेशाच्या पार्श्वभूमीवर आहे काय? इतर लेखन काय म्हणते? अन् शिनेमामा? सध्या भालजींसाठी कथा लिहीत आहात, असे ऐकतो. खरे काय?

सौ. माडगूळकर यांस नमस्कार सांगावा. त्या माझी ओळखही विसरल्या असतील! पत्रोत्तर यावे.

आपला,
सदानंद रेगे

फेब्रुवारी, १९४७-४८ साली मुंबईला दादरच्या माधववाडीच्या खोलीत होतो, तेव्हा सदानंद रेगे फार आवर्जून माझ्याकडं येत. गप्पा. फिरणं होई.

'वीणा'साठी मी कोणती कथा लिहिली, हे स्मरत नाही. सदानंद रेग्यांच्या सहवासात मला बरंच काही मिळालं. आम्ही एकत्र पुस्तकं वाचली, चित्रपट पाहिले, चर्चा केल्या. एकमेकांशी मायेनं वागलो.

मुंबई
२६.८.५४

सप्रेम नमस्कार वि.वि.

'बनगरवाडी'ची वही पाठवावी. दुसरी शक्य तेवढ्या लवकर धाडावी. १० सप्टेंबरपर्यंत म्हणजे उशिरात उशिरा. तोवर लेखन पुरे होऊ शकेल ना?

सत्यकथेकडून सूट हवीच का? ती देण्यास मन घेत नाही. किती उशिरा तुम्ही कथा पाठवू शकाल? बघा तर. नाइलाजच झाला, तर गत्यंतर नाही. (पण त्या कथांवर सत्यकथेचाच क्लेम, बरे का?)

बनगरवाडीचे हस्तलिखित शक्य तेवढे 'वाचनीय' करून पाठवावे. जुळाऱ्यांबद्दल चिंता नको. ते भाव्यांचे अक्षर लावतात; मग तुमच्या हस्तलिखिताची काय कथा!

'बनगरवाडी'ची घोषणा मात्र केली आहे. तुमचे पत्र आले, त्यापूर्वीच मौजेचा रंगाचा फर्मा मशीनवर गेला होता. त्यात मौज दिवाळी अंकाची जाहिरात होती. पत्र मिळाल्यावर 'लेंगरवाडी'ऐवजी 'बनगरवाडी' एवढे नामांतर तेवढे शक्य होते. तेव्हा आता सोल तुटला आहे – आता मागे फिरणे नाही! (पाहा : सूर्याजीचे भाषण – गड आला, पण सिंह गेला, ह. ना. आपटे)

वही व पत्र यावे.

आपला
श्री. पु. भागवत

श्री. पु. भा. भाव्यांचं अक्षर लावणं, हा व्यायाम असे. ह्या दोन कथा कोणत्या, त्या आज मला आठवत नाहीत. कथा-कादंबऱ्यांच्या कल्पना सांगत सुटणे, हा नाद मला आजही आहे.

मुंबई
११.२०.५४

प्रिय वेंकटराव,

कथा लिहायचं आश्वासन दिलं खरं, पण यंदा कादंबरी व इतर कामे यांमुळे साहित्यनिर्मिती बेताचीच झाली. लिहिलेल्या कथा मुंबईकर मासिकांनी पळवल्या. आता फारच उशीर झाला आहे तेव्हा कथा लिहिली, तरी 'शिरीष'मध्ये छापून येणे कठीण. म्हणून आता लेखणी खाली ठेवतो आणि जरा माणसासारखा आळशीपणा करतो. तुम्ही रागवाल, हे माहीत आहे. पण इलाज नव्हता. तेव्हा सपशेल माफी मागून सुटका करून घ्यावी म्हणतो.

यंदा तुमचं लेखन फार जोरात आहे, असं ऐकतो. श्री.पु. बनगरवाडीची जाहिरात जोरात करतो आहे. पण ते सोडले, तरी तुमची कादंबरी मस्त होणार, अशी मला खात्री वाटत आहे.

शेनिमाचा धंदा काय म्हणतो? कामत हल्ली अगदी थंड आहे, असे ऐकतो. त्याची बातमी कळवावी.

आता एकदा मुंबईला या की. जरा गप्पाबिप्पा मारू.

आपला
गंगाधर गाडगीळ

'शिरीष'चा दिवाळी अंक विश्वकर्मा मुद्रणालयाचे वि. ग. माटे यांचा. ग. दि. माडगूळकर आणि मी अशा दोघांनी अंकाचं संपादन करावं, असं त्याचं म्हणणं. आम्ही हे मानलं. साहित्याची जमवाजमव केली. रा. भि. जोशी, श्री. म. माटे, पु. ल. देशपांडे (बाळे गोदावरी), शंकर पाटील (कथा 'शारी'), मी (पाठमोरा म्हातारा), श्री. ज. जोशी, पु. भा. भावे, वसुंधरा पटवर्धन – असे काही लेखक आणि लेखन. अंकातील चित्रे काढून देण्यासाठी कोणी चित्रकार रिकामा नव्हता. फार शोधाशोध करून कोणी मिळालं नाही. मीच अंक सजवायचा ठरलं. निफे, बोरू, इंडियन इंक, कागद असं साहित्य दुकानातून घेऊन आलो आणि अंक सजवला.

आमचे एक उत्साही मित्र, कोणतीही गोष्ट असो – 'कशाला अमका-तमका, मी करतो की,' असं म्हणतात. (म्हणजे आपण म्हटलं, जेवायला निदान बैदाकरी असावी. मी पोल्ट्री फार्ममधून अंडी आणतो. तर हे मित्र म्हणणार, कशाला? मी घालतो की अंडी!)

मी या मित्राचा कित्ता गिरवला. 'शिरीष'चा हा अंक कुणापाशी असल्याचं मला माहीत नाही. पण त्यात चांगलं साहित्य प्रसिद्ध झालं होतं, हे स्मरण पक्कं आहे.

अण्णांनी 'येथवरी हा ऐसा प्रकार,' हा आत्मचरित्रात्मक लेख लिहिला होता. पु. शि. रेगे, कुसुमाग्रज, इंदिरा संत, बा. भ. बोरकर यांच्या कविता होत्या.

मुंबई
८.११.५४

सप्रेम नमस्कार वि.वि.

तुमचे पत्र मिळाले. शालेय पुस्तकांच्या गर्दीत 'बनगरवाडी' दोन रंगांत छापण्याचा बेत सोडून द्यावा लागला. वाचकांचे मत निरपवाद चांगले आहे, – गंगाधर गाडगीळांपासून अगदी सामान्य वाचकांपर्यंत सर्वांचे. माझी तशी अपेक्षाच होती. यंदा दर अंकात काही ना काही दीर्घ आहे. सर्वांत आपली 'बनगरवाडी'च उत्कृष्ट ठरावी, असे वाटते.

मुंबई
२२.११.५४

स.न.वि.वि.

'बनगरवाडी'बद्दल इथे अनुकूल अभिप्राय कळत आहेत. तुम्हालादेखील समजत असतीलच. ते लक्षात घेता पुस्तक लगेच काढावे, असे मला वाटते. तुमचे काय मत?

पुस्तक करायचे म्हटले, म्हणजे त्यावर जे अधिक संस्कार करावे, असे तुमच्या मनात होते, ते लगेच करायला हवेत. जे काय, कसे करावे, ते तुमच्या मनात एव्हाना जमले असेल आणि आता तेवढी सवड व स्वास्थ्यही असेल.

गाडगीळ लेखाचा गंभीरपणे विचार करू लागले आहेत. पुस्तकांत नसलेले लेखन त्यांना दिले पाहिजे. काही माझ्याकडे आहे. तुम्ही उरलेले सर्व पाठवावे. त्याचप्रमाणे शिकारी फोटोही.

बाकी सर्व ठीक.

चि. ज्ञानदाला आशीर्वाद. लोभ वाढावा, ही विनंती.

आपला,
श्री. पु. भागवत

'कथालेखक व्यंकटेश माडगूळकर' – गाडगीळांचा हा लेख 'सत्यकथा' सप्टेंबर १९५५मध्ये प्रसिद्ध झाला.

बनगरवाडीवर मी संस्कार केले. त्याबद्दल 'नवभारत', डिसेंबर ५५च्या अंकात

'बनगरवाडी : कथावाङ्मयातील एक उच्चांक', ह्या दीर्घ लेखात प्रा. त्र्यं. शं. शेजवलकरांनी नाराजीही नोंदवली. पण ह्या लेखामुळं माझ्या अंगावर मूठभर मांस चढलं.

मुंबई
१६.७.५५

प्रिय वेंकटराव,

पुष्कळच दिवसांनी पत्र लिहितो आहे. तुम्ही तर आम्हाला विसरला की काय, असे वाटू लागले आहे. पत्र लिहायची अधूनमधून हुक्की येत असे. पण चोरट्यासारखे वाटायचे. तुमच्यावर लेख लिहायचे कबूल करून तो अजून लिहिला नाही, म्हणून चुटपुट लागायची. काहीसं आळसामुळे आणि काहीसं इतर कामांमुळे ही गोष्ट फारच लांबणीवर पडली. शेवटी चार दिवसांपूर्वी तिरीमिरीने बसलो. तुमचे सगळे साहित्य पुन्हा एकदा वाचून काढले आणि लेख पुरा केला. माझ्याकडून मी शक्य तितकी मेहनत केली आहे. आता तुम्हाला कितपत आवडतो, ते पाहायचे. लेख कालच श्री. पु.च्या स्वाधीन केला. सप्टेंबरच्या सत्यकथेत येईल. श्री. पु.ला लेख आवडला.

परवा 'मी तुळस तुझ्या अंगणी' शेणिमा पाहिला. तुम्हाला सतत बापुडवाणा चेहरा करून पडद्यावर वावरताना पाहून बायको म्हणाली, 'बिच्चारे माडगूळकर!'

आपला,
गंगाधर गाडगीळ

मुंबई –८
१०.११.५५

प्रिय माडगूळकर,

तुमचे ६ नोव्हेंबरचे पत्र व बनगरवाडीची प्रत मिळाली. आभारी आहे. माझा लेख तुम्हाला आवडला, ह्याचा आनंद वाटला. अर्थात, लेख आवडला की न आवडला, हा वेगळा प्रश्न आहे. मुख्य म्हणजे, तुम्ही काही गैरसमज करून घेतला नाही, त्यामुळे बरे वाटले. आपल्या बरोबरीच्या लेखकावर टीकालेखन करायचे, म्हणजे सुळावरची पोळी आहे. शेळी जाते जिवानिशी आणि खाणारा म्हणतो वातड. सुदैवाने मला तसा अनुभव अजून आलेला नाही.

बनगरवाडीवर माझ्या हातून काहीसा अन्याय झाला आहे. ती कादंबरी

मला आवडली होती. पण तुमच्या इतर लेखनाविषयी जे लिहिले, तेच तिलाही लागू पडते, म्हणून तिच्याविषयी विस्ताराने लिहिले नाही. ती लघुकथांची मालिका आहे, हे विधान चुकलेले आहे. लांबलेला लेख आवरण्याच्या भानगडीत ते विधान केले गेले. कादंबरी अशी असावी, अगर तशी असावी, असे माझे मत नाही. कादंबरीने आपल्या प्रकृत्यनुसार आकार घ्यावा, असे मला वाटते. आणि त्या दृष्टीनेच बनगरवाडीत मला एक दोष आढळला. तुम्ही निवडलेला विषय, त्याची केलेली मांडणी ह्यांमुळे अशी अपेक्षा निर्माण होते की, काही तरी भरदार हाती पडणार. एका गावच्या जीवनाचे अनेक रंगी आणि अनेक ढंगी चित्र आपल्याला वाचायला मिळणार. अनेक माणसांचे कुठेतरी वाहत जाणारे जीवन ह्या कादंबरीत गवसणार. स्टाईनबेकच्या Grapes of wrath सारखे काही वाचायला मिळणार. पण ही अपेक्षा पुरी होत नाही. कादंबरी त्रोटक होते... पण आवरतोच. नाही तर आणखी एक लेख लिहून व्हायचा.

कामाखाली चिरडून गेलो होतो. आता मात्र आठ दिवस पूर्ण विश्रांती घेणार आहे. एक-एक दिवाळी अंक भाविकपणे वाचून काढणार आहे. तुमचाही तोच उद्योग चाललेला असेल. राम पटवर्धनाच्या मताइतके तुमच्या-आमच्या मताला महत्त्व नाही. तरी माझ्या कथा कशा काय वाटतात, ते जरूर कळवा. तुमच्या मतांची मला फार किंमत वाटते.

नोकरी लागली. आता खूप लिहिणार का? नाचणारीने नाचले पाहिजे, तसे लेखकाने लिहिले पाहिजे.

आपला,
गंगाधर गाडगीळ

युनेस्कोतर्फे काही रक्कम भारताला मिळाली होती. कॅनडामधील फोरमच्या धर्तीवर 'नभोवाणी शेतकरी मंडळ' ह्या नावानं योजना सुरू करायची होती. ही भेट त्या निमित्तानं होती. ही योजना पुणे केंद्राच्या कक्षेतल्या खेड्यांतून राबवली गेली. एक नोव्हेंबर १९५५ पासून पुणे आकाशवाणीत मी ग्रामीण कार्यक्रमाचा प्रोड्यूसर म्हणून रुजू झालो आणि योजना सुरू झाली. श्री. चावला हे पुणे केंद्राचे केंद्र अधिकारी होते. श्री. बा. भ. बोरकर – भाषणविभाग, श्री. बा. रानडे – मुलांचे कार्यक्रम आणि मी, असे तीन लेखक प्रोग्राम प्रोड्यूसर म्हणून घेतले गेले.

लेखन, सिनेमा, नाटक ह्यांच्या जोडीला आकाशवाणीचे ग्रामीण कार्यक्रम हे नवं काम माझ्याकडं आलं. महिन्याच्या महिना पगार मिळाला; पण नोकरीत वेळ फार गेला!

मुंबई –७
२९.११.५५

स.न.वि.वि.

आपली व माझी ओळख नसताना पत्र धाडले आहे, याबद्दल क्षमस्व. 'मौज'च्या दिवाळी अंकातील आपली कथा मला अतिशय आवडली. झोपून उठल्यानंतर कधी-कधी अनुभवास येणारा उत्साह आणि आत्मतृप्ती यांचे वर्णन जितके साधे व सरळ, तेवढेच बहारदार आहे. स्वयंपाकघरातील दुधी भोपळा व जंगल जिमवर मुलांप्रमाणे लोंबकळणारे डाव आणि पळ्या यांची चित्रे मजेदार आहेत.

गोष्ट वाचल्यानंतर मनावर कुठली भावना तरंगत राहिली, हे निश्चितपणे सांगता येत नाही, हे खरे. पण ती भावना दु:खदायक होती, यात शंका नाही. मी आपल्या कथांची नियमित वाचक आहेच. 'जांभळाचे दिवस' फार सुंदर आहेत. त्या गोष्टीचा शेवट एकदम झटकन केल्याची तक्रार एका वर्तमानपत्रात वाचली. पण मला तर 'जांभळाचे दिवस फार लवकर संपले,' ही हुरहूर लावणारी शेवटची ओळ फार आवडली. गोष्ट तिथेच संपली, हे आवडले.

या वर्षीच्या दिवाळी अंकापासून आपण आपल्या कथांचे 'पॅटर्न' बदललेले दिसते. ते देखील आपल्या लेखणीला शोभून दिसते. 'अनवाणी'देखील उल्लेखनीय आहे.

आ. एक वाचक,
पद्मा लोकूर

सर्वोदय छात्रालय,
रत्नागिरी,
६.१०.५५

स.न.वि.वि.

आपल्याकडे मी 'अस्पृश्यता' या विषयावर लिहिलेली एक ग्रामीण नाटिका पाठवीत आहे. प्रा. पु. ल. देशपांडे यांच्याकडे मी माझी ग्रामीण कविता दिली आहे. त्यांनी ती तुम्हास वाचून दाखविली. मला त्यांनी तुमचा आशीर्वाद व निरोप पत्राने पोहोचता केला. मला फार आनंद झाला. निरोपात आपण सांगितल्याप्रमाणे मी नाटिका पाठवीत आहे.

नाटिका वाचून आपलं मार्गदर्शक मत कळवाल, तर फार बरं होईल. ग्रामीण भाषांतील शब्दांची ग्रामीण-अशुद्ध रूपे जशीच्या तशी लिहावीत

की ती शुद्ध लिहावीत, या बाबतीत माझ्या मनात सारखा गोंधळ उडतो.

ग्रामीण वाङ्मय लिहिणाऱ्या काही लेखकांनी अतिशयोक्तीवजा काही रूपे लिहिलेली आढळतात. उदा. तोंडचा उच्चार वास्तविक 'ताँड' असा होतो. पण 'त्वांड' असा कित्येकांनी लिहिला आहे. 'तोंड,' 'गोड,' 'मोट,' 'पोट,' 'पोर' असे शब्द याच प्रकारांनी लिहिले आहेत. मग ते कसे लिहावेत, हे मला कळत नाही.

आपलं मत शक्यतो लवकर कळेल, तर फार बरं.

मला ग्रामीण कौटुंबिक नाटिका लिहाव्या, असं वाटतं. लवकरच आपल्याकडे पाठवीन.

आपला,

आनंद यादव

श्री. छत्रपती शाहू हायस्कूल,

बारामती, पुणे.

१६.०१.५६

प्रिय श्री. व्यंकटेश माडगूळकर,

आपल्या परवाच्या पत्राप्रमाणं आपण दिलेल्या कथाकल्पनेवर 'शिकलेली सून' ही श्रुतिका लिहून आज पाठविली आहे.

श्रुतिका घाईने लिहिली असल्यामुळे आपणास त्यावर थोडा हात फिरवता आल्यास जरूर तसे करावे.

आपला,

शंकर पाटील

पुणे

३.३.१९५६

सादर प्रणाम,

काल 'बिनबिया'च्या झाडाचा कलाविलास पाहून आपणास धन्यवाद देण्यासाठी हे पत्र लिहीत आहे. वरील नाट्यकृतीनं तुम्ही अस्सल (म्हणजे अभिजात) मराठी जीवन फारच प्रभावीपणे ठसवले आहे. नाट्य इतके यशस्वी करणाऱ्या कलावंतांना स्वतंत्रपणे धन्यवाद! अतिशय आनंद वाटला.

आपला,

गं. भा. निरंतर

तेव्हा प्रत्येक वर्षी 'रेडिओ सप्ताह' साजरा होई. आकाशवाणी पुणे केंद्रातर्फे निमंत्रित श्रोत्यांसमोर 'बिनबियाचे झाड'चा प्रयोग झाला होता. जागा 'गोखले हॉल' होती. नायकाचे काम कविवर्य वसंत बापट ह्यांनी केले होते. त्यांचे खोटे, रबरी गाढवाचे कान स्टेजवर गळून पडले!

कवी तत्काळ म्हणाले, 'बघा, असं होतं. कधी गळतात, पण लगीच उगवतात बी!'

मिस्त्री ब्लॉक्स,
चरई, ठाणे
५.५.५६

श्रीमान व्यंकटेश माडगूळकर यांना,

सादर प्रणिपात,

व्यंक्या, वरचा मायना ध्यानी आण. काल बाळ खारकर भेटला होता. त्यानं तुला एक अभिनंदनपर पत्र पाठविलं होतं. त्याचं तू उत्तरही धाडलं नाहीस. दोन सहस्रांच्या क्षुद्र बक्षिसांमुळे तू बिनबियाच्या झाडावर चढून बसला आहेस किंवा दिल्लीच्या यात्रेमुळे हवेतच (air) तरंगत आहेस, असा माझ्यासारख्या जुन्या दोस्तांचा तर्क आहे. दोन सहस्र रुपये खिशात टाकण्यासाठी तू मुंबईला आलास – नि येण्यापूर्वी आम्हाला कळवलं असतंस, तर पदरचे चार चव्वल खर्च करून आम्ही मूर्खासारखे तुला भेटायला खासच आलो नसतो. पण तेवढंही नाही.

असो. तुला पत्र लिहिण्यातही अर्थ नाही. कारण त्याचं उत्तरही तू धाडणार नाहीस.

परमेश्वर तुला सुखात ठेवो. चि. ज्ञानदास एक टप्पल!

गरीब बिचारा कामत गेल्या महिन्यातच माझ्याकडे येऊन गेला. याला म्हणतात मित्र!

तुझा प्राचीनकाळचा मित्र,
बाळ सामंत

पत्राची पोच न देणं, हा मी दखलपात्र गुन्हा समजत नाही. श्री. पु. भागवत, बाळ सामंत, ग. रा. कामत हे एम.ए.चे विद्यार्थी. एकमेकांचे मित्र. काही काळ मी ग. रा. कामतांच्या खोलीत, रुईया कॉलेजच्या होस्टेलवर राहत होतो. कारण मला मुंबईत जागा नव्हती. बाळ सामंत पब्लिसिटी ऑफिसर असताना पुण्याला होते. सरकारी सिनेमा घेऊन त्यांना गावोगाव हिंडावे लागे. मी बंदुकीसह त्यांच्याबरोबर

काही वेळा जात असे. ते त्यांचे काम करीत; मी पाखरांची शिकार करीत हिंडत असे.

मुंबई
१६.९.५७

स.न.वि.वि.

'बनगरवाडी'वर चित्रपट निघणार, त्यात अंजीचे काम संध्याला न मिळो, एवढीच खंडोबाशी प्रार्थना. (नायकाचे काम राजा गोसावी करायचा!) खरोखर पाथेर पांचालीच्या तोडीचा हा बोलपट झाला, तर अण्णा, कान्नमध्ये बसून शांपेन्न पिऊ!

कळावे,

आपला,
ज्ञानेश्वर नाडकर्णी

गोखले कॉलेज,
खासबाग, कोल्हापूर,
२०.३.५८

स.न.वि.वि.

खरोखरच तुमचं यश पाहून अभिनंदन करावंसं वाटतं. मनापासून अभिनंदन करावंसं वाटतं, म्हणून हे पत्र पाठवीत आहे. नाही तर तेही पाठवण्याची गरज नव्हती. शिष्टपणाचं लक्षण म्हणून 'अभिनंदन करणारे' काही लोक असतात; म्हणून असं लिहावं लागलं.

लागोपाठ दोन वर्षं तुम्ही पहिलं बक्षीस मिळवलंत, याबद्दल मला खरा आनंद झाला आहे. आनंद होण्याचं दुसरं कारण असं – आजपर्यंत मी तुमच्याशिवाय इतर कुठलाही साहित्यिक संपूर्णतः वाचला नाही. तुम्हाला मात्र मी आतून-बाहेरून (साहित्यिक दृष्ट्या) पाहिलं आहे. माझी ही अभिरुची निश्चितपणे वरच्या दर्जाची आहे, हेही अप्रत्यक्ष सिद्ध झाले. असो.

आपला,
आनंद यादव

'बनगरवाडी' आणि 'गावाकडील गोष्टी' ह्या दोन्ही पुस्तकांना लागोपाठ पहिलं सरकारी पारितोषिक मिळालं, त्यानंतरचं हे पत्र असावं.

आकाशवाणी भवन,
नवी दिल्ली
१०.९.५८

श्री. माडगूळकर यांस,

स.न.वि.वि.

तुम्हाला हे पत्र पाहून आश्चर्य वाटेल. तुमच्यासाठी एक काम मी उपस्थित करत आहे.

ऑक्टोबर, २४ ते ३१ रोजी इथे, स्त्रिया व मुले यांच्या कार्यक्रमासंबंधी एक सेमिनार भरणार असल्याचे कदाचित तुमच्या कानी आले असेल. त्या सेमिनारमध्ये ग्रामीण स्त्रिया व मुले यांच्यासाठी होणाऱ्या कार्यक्रमाविषयी चर्चा ठेवण्यात आली आहे. विषयाचे प्रतिपादन तुम्ही करावे आणि परिस्थिती काय आहे व अडचणी काय आहेत, *APS for women and children* काय करू शकतील, इ. इ. प्रश्न विचारार्थ घ्यायचे आहेत.

तुमच्या farm forumच्या प्रयोगाच्या वेळी बराच अनुभव आला आहे.

तुम्ही पेपर तयार करावा.

तुम्ही १/२ दिवसांनी आलात, तरी चालेल.

कळावे,

कुसुमावती देशपांडे

तेव्हा कुसुमावतीबाई दिल्लीला 'स्त्रिया आणि मुले' ह्या कार्यक्रमाच्या चीफ प्रोड्यूसर म्हणून काम करीत होत्या.

मी त्यांच्या पत्राप्रमाणे सेमिनारला जाऊन पेपर वाचला.

नवी दिल्ली
१०.२.५८

श्री. माडगूळकर यांस,

स.न.वि.वि.

नागपूरला परतल्यावर पाठवलेली 'जांभळाचे दिवस'ची प्रत मिळाली. सावकाशीने वाचीन. आभारी आहे.

परवा तुमचे भाषण सत्यकथेत वाचले. फार-फार आवडले. मन:पूर्वक अभिनंदन.

कळावे,

कुसुमावती देशपांडे

मुंबई
१९.३.५८

श्री. व्यंकटेशबाब माडगूळकर यांसी,

कृ.सा.न.वि.वि.

शत-शत अभिनंदन! बनगरवाडी किती चांगली आहे, हे माझ्या मित्रमंडळींना वारंवार आवर्जून सांगताना मी थकून जात असे (त्याचे तुम्हाला काय होय?).

आपल्या सरकारने बक्षीस देऊन तुमचा गौरव केल्याबद्दल धन्यवाद.

आपला,
गोपालकृष्ण भोबे

आकाशवाणी,
मुंबई.
(तारीख नाही.)
पोस्टाची तारीख – ८.३.५८

गोविंद,

'सायकल' पाठवा. १७ ला ध्व. क्षे. आहे.

– तुझ्या मंगुड्याच्या वक्तव्याबद्दल मी तुला पत्र पाठविले का? आठवण नाही. परंतु अनेक वर्षांत इतके नेमके भाषण कुणी केले नव्हते.

पु.ल.दे.

गोविंदराव घाणेकर यांचे एक ज्येष्ठ मित्र त्यांना, 'अरे गोविंद', अशी सुरुवात करून बोलत. आम्हीही एकमेकांना असेच बोलत असू. मला आलेल्या पत्रात 'गोविंद' अशी सुरुवात श्री. पु. ल. देशपांडे यांनी अनेकदा केलेली आढळते.

पु.ल. तेव्हा मुंबई आकाशवाणीतील नाट्य विभागाचे संयोजक होते. माझ्या 'सायकल' ह्या कथेची श्रुतिका त्यांनी ध्वनिक्षेपित केली होती.

सोलापूर जिल्हा साहित्य संमेलनात मी केलेल्या अध्यक्षीय भाषणाचा उल्लेख 'मंगुड्याचे वक्तव्य' असा केला आहे. हे भाषण सत्यकथेनं छापलं होतं.

॥ श्रीराम ॥

शिवाजीनगर,
पुणे-५
२.२.६९

श्री. तात्यासाहेब यांना

प्रेमपूर्वक नमस्कार,

ऋषींनी बोलावे आणि त्याला अर्थ प्राप्त व्हावा; तुम्ही लिहावे आणि जातिवंत असावे. स्वाभाविकच त्याला लोकमान्यता आणि राजमान्यता मिळणार... आता तुमच्या नित्य प्रारब्धाची ही गोष्ट आहे मनापासून.

तरीही मनापासून अभिनंदन!

'खळाळ'लाही मिळाले. या सर्वांच्या पाठीमागे तुम्ही व पु.ल.दे. यांनी दिलेल्या खूप प्रेरणा आहेत. या निमित्ताने ती कृतज्ञता व्यक्त करीत आहे. पुन्हा एकदा मनापासून अभिनंदन.

तुमचा
आनंद यादव

मुंबई ५१
३.१.६९

प्रिय व्यंकटेश माडगूळकर,

'सती'कडूनसुद्धा पैसे! कठीण ज(ग)बर यशात आणखी थोडी भर पडली, त्याबद्दल मन:पूर्वक अभिनंदन!

आपला,
विंदा करंदीकर

३.२.६९

प्रिय व्यंकटेश,

कालच्या 'महाराष्ट्र टाइम्स'मधील तुझा श्री. अण्णावरील लेख वाचताना अनेकवार भडभडून आले. लेख फारच छान वठला आहे. सत्य किती प्रभावी ठरते, याचा प्रत्यय पदोपदी येत होता.

असे भाऊ विरळा आणि इतक्या रसाळपणे लिहिणारा लेखकबंधू विरळा.

May your tribe increase!

तुझा,
गो. भा. घाणेकर

मुंबई
२.२.६९

सप्रेम नमस्कार वि.

'सती'च्या पारितोषिकाबद्दल मन:पूर्वक अभिनंदन! बक्षिसाची तशी तुम्हाला सवय झाली, पण मला 'सती'चे बक्षीस विशेष वाटले. छान!

ता. क. : 'महाराष्ट्र टाइम्स'मधला लेख वाचला. उत्तम लिहिला आहात. वाचताना हेलावून गेलो. सरकारी पदवीमुळे ग.दि.मां.ना ह्या लेखाचा लाभ झाला. त्यांचे, त्यासाठी पुन्हा अभिनंदन करावेसे वाटते. तुमचेही करायला हवे. ही 'achievement' कठीण होती. विशेषत: शेवटच्या परिच्छेदाबद्दल 'सती'चे अभिनंदन!

आपला
श्री. पु. भागवत

गुरुकुल,
लोणावळा,
३१.३.६९

कृतानेक साष्टांग नमस्कार वि. वि.

आजच्या वर्तमानपत्रात आपल्या 'सती' नाटकाला बक्षीस मिळालेले वाचून आनंद झाला. खरं म्हणजे, गेल्या वर्षी नाट्य प्रयोगालाच पहिले बक्षीस मिळावयास हवे होते, पण परीक्षकांच्या 'whims'मुळे ते हुकले, असे मला वाटते. प्रेक्षक परीक्षक असते, तर निर्णय योग्य झाला असता. पुण्यातही पहिला क्रमांक मिळालेले नाटक 'ही चौकट वाटोळी'चा प्रयोग मी पाहिला. 'सती'च्या पासंगालाही न लागणाऱ्या ह्या नाटकाचा प्रयोग व एकाहून एक कुरूप नट पाहून परीक्षकांची खरोखरच कीव करावीशी वाटली. आपल्या हातून अशाच एकाहून एक सरस कलाकृती (स्वतंत्र, भाषांतरित किंवा रूपांतरित नव्हे.) निर्माण होवोत, असे इच्छिते.

'पति गेले गं काठेवाडी,' हे आपले नाटक पाहायचे राहून गेले आहे.

पुन्हा एकदा आपले अभिनंदन करून पत्र पुरे करते.

कळावे,

आपली,
वसुंधरा चंदावरकर

तळेगाव दाभाडे,
२५-०९-५९

प्रिय व्यंकटराव,

'केसरी'तील (२५/९) बातमी वाचली. एशिया फाउंडेशनचा हा निर्णय अतिशय शहाणपणाचा आहे.

मन:पूर्वक अभिनंदन!

दत्ता मिरासदाराच्या भाषेत बोलायचे तर, 'आता दाबून हूंद्या! कादंबरी फस्क्लास झाली पायजे!'

विनीत,
गोपाल नीलकंठ दांडेकर

मुंबई मराठी ग्रंथ संग्रहालयाच्यावतीनं दिली जाणारी ही एशिया फाउंडेशनची शिष्यवृत्ती दरमहा पाचशे रुपयांची एका वर्षापुरती होती. नोकरी न करता ह्या काळात कादंबरी लिहायची होती. आकाशवाणीतून वर्षाची बिनपगारी रजा मिळाली नाही. नभोवाणीमंत्री डॉ. केसकर मला म्हणाले, "पण, असं ठरवून कादंबरी लिहिता येते?"

नोकरी सोडण्याचं धाडस मला करवलं नाही. ही अभ्यासवृत्ती श्री. शंकर पाटील ह्यांना मिळाली. त्यांनी 'टारफुला' लिहिली. मुंबई मराठी ग्रंथसंग्रहालयानं मला कळवलं –

ठाकूरद्वार,
मुंबई २
२१/११/५९

आपले पत्र पोहोचले. आपली अडचण लक्षात आली. अशा परिस्थितीत आपण अभ्यासवृत्ती स्वीकारणे शक्य नाही, असे दिसत असल्यामुळे पुढील व्यवस्था त्या धोरणाने ठरवीत आहे. संस्थेच्या नव्या उपक्रमात आपले सहकार्य मिळते, तर आम्हास आनंद वाटला असता. तथापि, अगदी अपरिहार्य म्हणूनच आपला नकार येत आहे, याची जाणीव आहे असो.

क. लो. अ., ही विनंती

आपला नम्र,
वा. वि. भट
कार्यवाह

विश्वकोश,
वाई,
२४.१.८८

मित्रवर्य माडगूळकर यांस,

सप्रेम अभिवादन.

गेल्या आठवड्यात 'सती' पाहिले. आवडले. अभिनंदन व धन्यवाद!

भालबांनी दिग्दर्शन चांगले केले आहे. सतीची कठीण भूमिकाही अंजलीनं समजून केली आहे. सेवाबाईंच्या कामाबद्दल काय लिहावे? ते नेहमीच ठरावीक असते. नेपथ्य सुंदर होते.

जुन्या-नव्याच्या संघर्षात आपले मन गुंतते, हे 'तू वेडा कुंभार'वरून सिद्ध झालेच होते. त्या नाटकात हा संघर्ष जितक्या उठावाने व्यक्त झाला आहे, तितक्या उठावाने ह्यात तो पकड घेत नाही, असे वाटते. शिवाय, तीन विधवांचे प्रवेश – का, three witches? – बऱ्याच वेळा हास्यात डुबून जातात. शारीरिक व्यंगाचा आविष्कार रांगणेकरी धाटणीने भालबांनी का वापरावा, ते समजत नाही. एका आत्याच्या चालीवरून हे विशेष दिसून आले. सरदार घराण्यातील त्या वाटत नाहीत.

नाटक आवडूनही काही गोष्टी खटकल्या – लेखकाच्या नव्हे. त्या सांगितल्या, तर राग मानणार नाही, अशी आशा आहे.

ज्या काळातील हे नाटक आहे, त्या काळात कृत्रिम दात नसावेत, असे वाटते. मग नारायणाची आई कुंदकळ्या कशी दाखवते? इतर आत्यांचे तसेच.

विशेष खटकले, ते नारायणाच्या मृत्यूनंतर त्याच्या घरी जो आकांत व्हावयास हवा, तो झाला नाही. नातेवाईक वा जवळचा कोणी तरी जावा, इतकेच दु:ख प्रदर्शन झाले – त्याच्या आईचेही. त्यापेक्षा अंजलीनेच अधिक धक्का बसलेला दाखवला.

सतीचा बाप तिला भेटायला आला, तोही जरीकाठ उपरणे पांघरून. जणू काही कलेक्टर कचेरीत भेटावयास निघाला आहे. लग्नानंतर थोड्याच दिवसांत जावई जातो, या आघाताचे काहीही चिन्ह कपड्यांवर व चेहऱ्यावर दिसले नाही. सुतकाचे योग्य वातावरण निर्माण झाले नाही.

तसेच पाण्यात वाहून, बेशुद्ध अवस्थेत घोड्यावरून येऊन, बिछान्यात लोळून – काही तास? एखादा दिवस? – सतीची वेणीफणी व वस्त्रे यत्किंचितही विस्कटलेली नसावीत – वेणीतील चांदीचा दागिनाही जाग्यावर असावा, हे पटत नाही. रंगभूमीवर वास्तवाला मुरड घालायला हवी, पण

तारतम्याने आणि 'mood' भंग न पावेल, अशी.

कप्तानाचे सोंग उत्तम निघाले. मात्र, 'त'चा 'ट' झाला, तर अधिक उठाव येईल.

इतके लिहिल्याबद्दल राग मानू नये.

आपला स्नेहांकित चाहता,
मो. ज्ञा. शहाणे

प्रिन्स शिवाजी बोर्डिंग,
मंगळवार पेठ, खोली नं. ११,
कोल्हापूर
९.१.६०

प्रिय माडगूळकर,

स. न. वि. वि.

आपले दि. ६ चे पत्र पोहोचले. अनपेक्षितपणे आलेले पत्र पाहून आनंद झाला.

१४ तारखेस तीनच्या पुढे मी आपणास भेटेन.

हल्ली मी एम.ए.चा अभ्यास करीत आहे. गेल्या वर्षी बी.ए. पास झालो. स्वावलंबनाने कॉलेजचे शिक्षण घेणे थोडे कठीण जाणारच. पुन्हा घर सांभाळून शिक्षण बघणे तर त्याहून कठीण. काहीही असले, तरी प्रयत्नांना फार ना थोडे यश मिळत जाते, ही माझी श्रद्धा आहे. त्यातच मी समाधान मानतो.

बी.ए.चे वर्ष फार त्रासाचे गेले. हल्ली कॉलेजमध्ये फेलोशिप मिळते. त्याचा फार ना थोडा आधार आहे. इतरही काही गोष्टी करतो. तपशिलात्मक माहिती मी प्रत्यक्ष भेटीत सांगेन.

आपण आस्थेने पत्र पाठवले. उदंड वाटले. खरोखरच कृतज्ञता व्यक्त करावी, असे वाटते.

मी आपणास १४ तारखेस भेटतो.

आपला,
आनंद यादव

स्क्रिप्ट-रायटरची एक जागा आकाशवाणी केंद्रावर होती. माझ्या पत्रानुसार, श्री. शंकर पाटील हे बारामतीच्या छत्रपती शाहू हायस्कूलमधली शिक्षकाची नोकरी सोडून पुण्याला आले आणि ग्रामीण कार्यक्रम विभागात स्क्रिप्ट-रायटर म्हणून काम

करू लागले. त्यांना एशिया फाउंडेशनची शिष्यवृत्ती मिळाल्यामुळे ही जागा रिकामी झाली. (सुरुवातीला काही काळ, बी. टी. होण्याआधी पंढरपूरला शिक्षक म्हणून काम करणाऱ्या श्री. द. मा. मिरासदारांनीही स्क्रिप्ट-रायटर म्हणून काम केले होते.) 'काठी चिंबवू नका'सारख्या ग्रामीण श्रुतिका लिहिणाऱ्या आनंद यादवांना मी पत्र लिहिलं. त्याचं उत्तर 'एक्स्प्रेस डिलिव्हरी'नं आलं. खासगी पत्रात सगळे तपशील देता आले नाहीत, म्हणून प्रत्यक्ष भेट होईल, तर बरं, असं मी लिहिलं होतं.

मुंबई
१५.०१.५९

गोविंद,

आनंद यादवची तार मिळाली. मुलगा चांगला आहे. त्याला जोडीला घेणे. इथे कामाने पार टेकलो आहे. लेखनकामासाठी अजिबात जमत नाही. मराठी साहित्याचे काय घोर नुकसान! बोरकरगुरुजींचे भाषण लिहून रेकॉर्डिंग करण्याच्या नादात आहे, असा सांगावा त्यांना पोहोचवावा.

बाळाभाऊ चितळ्यांच्या बाबतीत अजून निश्चित कळले नाही, असे त्यांना सांगावे.

पु.ल.दे.

पुणे २.
१.५.५९

स. न. वि. वि.

छे! छे! छे! 'सकाळ'मध्ये मुळीच लिहिणार नाही. अहो, आपल्या जवळ बसलेल्या माणसाला एखाद्या वेळी तरी सहज गमतीने कोपर ढोसायला काय हरकत आहे?

– बाकी, एरव्ही तुमचे भाषण खरोखर चांगले झाले. एकच – तुम्ही साऱ्यांनी 'सोपं! सोपं!' असा भारी गर्गशा चालविला आहे. गुंतागुंतीचे आणि घोळदार वाक्य जरी असले, तरी चांगल्या विरामांनी आणि ठसकेदारपणाने वाचले, तर त्याचा गुंता विरघळतो. एवढेच नव्हे, तर त्याचा सुंदर परिणाम होतो. ती एक वेगळी ऐट असते. बाणभट्टाच्या शैलीमध्ये मोठमोठी चिरेबंद वाक्ये आणि लहान-लहान वाक्यांच्या कपच्या अशा चातुर्याने बसविलेल्या असतात की, सगळ्या इमारतीचे दर्शन मोठे वेधक वाटते. नाही तर लहान-लहान वाक्ये पचापचा येऊ लागली,

म्हणजे भाषणाचे ताकपाणी व्हायला वेळ लागत नाही. शेवटी नियम एकच – तारतम्य! आणि तो सर्वांत अवघड नियम आहे.

तुमचा,
अरविंद मंगरूळकर

हे कार्ड, पुणे आकाशवाणी, सेंट्रल बिल्डिंग्ज, पुणे १, ह्या पत्त्यावर आलं आहे. 'रेडिओवर भाषण कसे द्यावे', ह्या विषयावर मी बोललो. मंगरूळकरांनी आकाशवाणीला खरमरीत पत्र लिहिलं. त्याला उत्तर पाठवताच पोच म्हणून मंगरूळकरांनी माझ्या नावावर पाठवलं, ते हे.

BY HAND
ALL INDIA RADIO, POONA.
30.10.55

Dear Shri. Madgulkar,

I have been directed by Shri. P.M. Lad (I.C.S., Secretary to the Government of India, Ministry of Information and Broadcasting) to inform you that Shri. Lad will be in Bombay and would like you to meet him in the office of the Station Director, AIR, Bombay, on the 2nd Nov. 1955. I shall be grateful if you will kindly acknowledge receipt of this letter and confirm that you would be in Bombay to see Shri. Lad.

Thanking you,

Yours Sincerly,
N. L. Chawala.

FAMOUS PICTURES STUDIO
Bombay 26
30th Oct., 1953

My dear Vyankatesh,

I am starting shooting on the Sadu's House int. set on Saturday (tomorrow) night, wherein I am taking all the work without the child.

The last scene, in which you appear, comes for shooting on Monday, the 2nd Nov., So please reach Bombay by Monday morning. You will be free to return to Poona the same evening, if you want to.

With personal regards, I am,

Sincerely Yours,
G. B. Ghanekar.

P. S. : If you meet Dalada Shet, please tell him that he may come to shooting on Monday, in case he can get along with him Mr. Jawadekar also.

Please do meet him.

G. B. G.

श्री. बाबूराव पै यांच्या फेमस स्टुडिओत मी काही काळ चित्रपट कथालेखक म्हणून नोकरी केली. पगार महिना चारशे रुपये होता. 'भल्याची दुनिया' ह्या चित्रपटाची कथा, पटकथा, संवाद मी लिहिले होते आणि त्यात भटाची मोठी भूमिकाही केली होती. डालडाशेट नावाचे एक दणदणीत अंगापिंडाचे, विनोदी भूमिका करणारे नट होते. जावडेकर मेकअपमन म्हणून काम करीत आणि नाटका-सिनेमांतून भूमिकाही करीत.

श्री. गोविंदराव घाणेकर 'भल्याची दुनिया'चे दिग्दर्शक होते. प्रभातचा 'संत जनाबाई' चित्रपट त्यांचा.

मला १९४७ ते १९६८ काळात आलेल्या पत्रांतील ही काही निवडक पत्रे. साहित्य, सिनेमा, नाटक आणि आकाशवाणीशी संबंधित, अशी.

मला त्यांचा उपयोग दर्पणासारखा झाला आहे.

■

८

श्रमाचं फळ

एकोणीसशे त्र्याऐंशीच्या जून महिन्यात मी पुण्यापासून बारा-एक किलोमीटर अंतरावर एक एकर शेत विकत घेतलं. विकत अशासाठी की, टीचभर खोलीही आता भाड्यानं मिळणं कायद्यानं अशक्य करून ठेवलं आहे. खोली मिळत नाही, तिथं शेत कोण देणार? एरवी घर, शेत वगैरे मालकी हक्काचं करणं काही सोपं नसतं. लिप्ताळा सुरू होतो. एक शेरडू घेतलं की, करडांपेक्षा ते कटकटींची वेतं जास्त देतं, हे मला ठाऊक होतं.

मी शेत घेतलं; ते समाधान, उत्साह, आनंद ह्यांचे एकरी उत्पन्न किती काढता येतं, ते अजमावण्यासाठी.

रोमन लेखक मार्कस पोर्सियस काटोनं लिहून ठेवलं आहे की –

'जेव्हा तुम्हाला एखादं शेतं घ्यावंसं वाटतं, तेव्हा ते आपल्या मनात वारंवार घोळवा, हावरेपणानं खरेदी करू नका. ते वारंवार जाऊन पाहण्यात कुचराई करू नका. ते शेत जर चांगलं असेल, तर तुम्ही तिथं जितके जाल, तितकं ते तुम्हाला जास्त आवडेल.'

मी पावसाळ्यात, उन्हाळ्यात, हिवाळ्यात हे शेत पाहिलं होतं. वाटेवर घोट्यापेक्षा जास्ती चिखल असल्यामुळं आणि ओढ्याला पाणी आल्यामुळं एक-दोनदा मला शेतात न जाता पुण्याला माघारी यावं लागलं होतं. पण हे शेत घ्यायचंच, हा बेत मी फिरवला नाही. पावसाळ्याच्या सुरुवातीला पाटाकडेच्या बाभळींना घरटी विणताना हळदी रंग ल्यालेले सुग्रण नर मी ऐकले होते. वर टेकडीच्या बाजूच्या बांधाला वाढलेल्या करवंटीवर लाल-पिवळ्या रंगाची फुलं फुललेली 'कळलावी'ही पाहिली होती. त्यामुळं चिखल न तुडवता माघारी घराकडे

येताना शेत घ्यायचं, हाच निर्णय कायम राहिला.

शेताच्या खालच्या बांधावर आणि पाटाकडच्या बांधावर सगळी मिळून रायवळ आंब्याची अकरा लहान झाडं होती. एक गावठी बोर, एक लेंडी जांभूळ आणि एक मोठा औदुंबर होता. उन्हाळ्यात मी शेत पाहायला गेलो, तेव्हा दोन आंब्यांना आलेल्या एकूण सात कैऱ्या मी मोजल्या आणि पाटातून वाहणाऱ्या पाण्याचा खळखळ आवाज ऐकला... तेव्हाही शेत घ्यायचंच, हा निर्णय मी आणखी पक्का केला.

ह्या रानात पहिल्या मालकांनी घेतलेलं तिळाचं, पावट्याचं पीक मी पाहिलं. बांधावर विसावलो आणि सहज एक धोंडा पायानं उखडला, तर त्याखाली चपळ विंचू दिसला. मुनियांचा थवा कलरव करीत डोक्यावरून गेला. समोरच्या हिरवळीवर सहा लावे पक्षी चरताना दिसले आणि तित्तिराची हाक ऐकली, तेव्हा तर हे शेत मी मनोमनी घेऊनच टाकलं.

हे शेत मला घ्यावं वाटलं, त्याला अनेक कारणं होती. एक तर जवळच्या गावापासून हे अर्धा-एक किलोमीटर दूर एकांतात होतं. टेकडीच्या पायथ्याशी होतं. ही टेकडी करवंदीसकट नाना झाडाझुडपांनी गच्च होती. तिच्यावर तित्तिर आणि सशांची वस्ती आहे, हे मला ताज्या लेंड्यांनी आणि सकाळी-संध्याकाळी ऐकू येणाऱ्या तित्तिरांच्या हाकांनी समजलं होतं. तांबडे आणि काळे – दोन्ही जातींचे तित्तिर इथं होते.

टेकडी आणि माझं शेत यांमध्ये खळखळ वाहणारा ओहळासारखा पाण्याचा पाट होता. शेताचा चौकोनी आकार ध्यानात घेतला, तर हा पाट पश्चिमेकडच्या म्हणजे टेकडीकडेच्या सबंध एका बाजूनं आणि दक्षिणेकडच्या बाजूनं असा वाहत होता. हे पाणी पाहून पृथ्वी ही केवळ भूभाग नाही, ती पाण्यानं वेढलेली आहे, हे सतत ध्यानात येई.

हे शेत मी वस्ती करण्याच्या हेतूनं घेतलेलं होतं; आणि वस्ती करायची, म्हणजे जवळ पाणी पाहिजेच. वाहतं असलं, तर उत्तमच. निदान जलाशय तरी पाहिजेच. पाण्याचा उपयोग थोडा का आहे? त्यानं दारू पातळ करता येते.

गाव आणि माझं शेत यांमध्ये किमान साठ एकर हिरवं रान होतं. ह्यात आमराया, पेरूच्या बागा आणि हंगामानुसार इतर पिकं निघत असत.

माझ्या शेतात उभं राहिलं की, आजूबाजूचा विस्तीर्ण प्रदेश दिसे आणि वर पाहिलं की, अनंत आकाश. ह्या रानात ढगांचा आणि भल्या सकाळी जलाशयाकडे जाणाऱ्या बगळ्यांचा प्रवास मला मनमुराद पाहता आला असता.

शेतमालकांनी सांगितली, ती एक एकराची किंमत मी आनंदानं मान्य केली. ही रक्कम मला झेपणारी नव्हती. शिवाय ती बाजारभावानुसारही अधिक होती.

तिच्यात काळे-पांढरे हा वर्णद्वेषही होता. मी किंमत मान्य करताच ह्या माणसापाशी रग्गड पैसा आहे आणि हा व्यवहारात रग्गड अडाणी आहे, अशी मालकांची कल्पना झाली असली, तर त्यात गैर काही नव्हतं.

तात्पर्य, अखेर मी ही शेतजमीन खरेदी केली.

अनेकदा येतो, तसाच अनुभव जमिनीच्या बाबतीतही आला. नुसती जमीन मालकीची होऊन भागत नाही; खरं काम पुढंच असतं. बंदुकीचं लायसेन्स मिळालं, उत्तम बंदूकही मिळाली, तरी शिकार लांबच असते. योजलेलं गाव गाठायचं, म्हणजे प्रवास करणं आलंच आणि हा दूरवरचाच असतो.

शेत मालकीचं झाल्यावरची गोष्ट. काही वेळा मी एकटाच घरातून बाहेर पडून शेतावर जात असे. नऊ-दहा किलोमीटर गेल्यावर गावातल्या प्राथमिक शाळेच्या इमारतीपाशी वाहन ठेवावं लागे. समोर आडव्या रस्त्यापलीकडचं वाण्याचं दुकान होतं. वाणीदादा वयानं तरुण होते. जाता-येता मला बघून हसत. 'बरे, खुश्शाल?' म्हणून विचारत. नावानं मला ओळखत का नाहीत, माहीत नव्हतं. पण ओळखत.

त्यांना मी म्हणे, ''पैलवान, गाडी ठेवलीय. ध्यान असू द्या.''

पैलवान मान हलवीत.

त्यांच्या दुकानाला लागून उजव्या बाजूला काटकोनात गेलेल्या गाडीवाटेवरून माझी शेताकडं वाटचाल सुरू होई. वाट धुरोळ्यानं, खाचखळग्यांनी भरलेली, बैलगाडीच्या चाकोऱ्यांनी काचलेली असे. डाव्या-उजव्या बाजूला शेतंच होती. उजव्या बाजूला जुनी पेरूची बाग, हिच्या मालकानं बांधावर शेवग्याची झाडंही बरीच लावलेली होती. बाग कधीही, कोणत्याही मोसमात बघितली, तरी बरीच वाटे. उन्हाळ्यात ताण दिलेला असताना झाडांच्या वाळलेल्या सांगाड्यांनी काळी-तांबडी जमीन आणि फिक्कं निळं आभाळ यांवर कलमकारी केलेली असे. ठिपकेवाला होला घुमत असे. शेवग्याच्या हिरव्या शेंड्यावर शेपटाचा सोगा नाचवत खारी बोलत असत. ताण संपला, रोहिणीचा पाऊस पडून गेला की, पेरूच्या डहाळ्या हिरव्या पालवीनं उसळू लागत. लवकरच पांढरी स्वच्छ पेरूची फुलं हजारोंनी उसळत. फुलचुक्यांचं भिरभिरणं दृष्टीला पडे. दयाळ, भारद्वाज, सुगरणी ही पाखरं आढळत. वाटेवरून, एकामागोमाग असे लावे पक्षी तुरतुरत आडवे जात.

थंडीच्या दिवसांत गाभुळलेल्या पेरूफळांचा वास सुटलेला असे.

चालताना लक्ष ह्या बागेकडेच जाई. डाव्या बाजूला रानाची मोकळी पट्टी होती. तिचा मालक मोठा कष्टाळू शेतकरी असला पाहिजे. जेव्हा-जेव्हा मी बघे, तेव्हा तो रानात काहीबाही करत असे. तण काढून टाकण्यात एकाग्र झालेला असाच मी त्याला नेहमी बघितल्याचं आठवतं. हा वयानं साठीच्या आसपास असावा. धोतर,

कुडता, डोईला पांढरी टोपी असाच त्याचा पोशाख असे.

उजव्या बाजूची पेरूची बाग संपली की, आडवा ओढा ओलांडून जावं लागे. ह्याला पावसाळ्यात पाण्याची धार थोडी असे. एरवी वाळूच.

पुढं गच्च पांद लागे. डाव्या आणि उजव्याही बाजूला गच्च झाडी. चिंच, आंबा, बाभूळ अशी झाडं आणि घायपात, शेर असलं कुंपण. अनेक पाखरं, त्यांच्या भराऱ्या आणि आवाज... राघूंचे आवाज फार ऐकू येत. राघू, साळुंक्या, कोतवाल, तांबडे होले, भारद्वाज आणि धनछड्या. हवेत दाटलेला वनस्पतीवास.

ओढा ओलांडला की, डाव्या बाजूकडचं वैभव संपून उजव्या बाजूचं सुरू होई. ह्या बाजूला सधन शेतकऱ्याची ऊस, कोबी, भेंडी, आलं, गहू असली पाण्यावरची पिकं दृष्टीला पडत. पुढं वस्ती, गुरंढोरं, अवजारं, खतं, वैरण, गड्यांच्या झोपड्या, फटफटी, खळ्याचा, गुरांच्या शेणाचा वास... पाण्याच्या पाटाची खळखळ.

इथून चढ सुरू होई. डाव्या बाजूला मागच्याच शेतकऱ्याचं हिरवं रान आणि उजव्या बाजूला बरड माळ. वाटेकडेला उभं असलेलं एकाकी कवठाचं झाड. वरून वाहवलेल्या पाण्यानं पार धुपून गेलेली, चढाची खडकी वाट. पश्चिमेकडून येणारा वारा. समोर दिसणारी हिरवीगार टेकडी. आभाळातून खडकवासल्याच्या दिशेनं चाललेली बगळ्यांची रांग.

इथं डावीकडं वळून तीन-चार मिनिटं गवतातून चाललं की, एकर. टेकडीच्या पायथ्याशी चौकोन आखावा आणि चौकोनाच्या उजवीकडच्या बाहीवर एक लहान त्रिकोण ठेवावा – अशा आकाराचा.

टेकडीच्या पायथ्याशी आडव्या, अशा पायरीसारख्या उतरत्या तीन पट्ट्या. पहिली मुरमाड, दुसरी थोडी बरी, तिसरी चांगली. पहिल्या पट्टीच्या माथ्यावरून आडवा वाहणारा पाट. उजव्या बाहीनं खाली उतरून पार खाली चाळीस एकर ओलांडून गेलेला.

मग, एखादा कवी जसा पुढ्यात कोरा कागद घेऊन बसतो, तसा मी हा जमिनीचा तुकडा पुढ्यात घेऊन बसे. विचार एकच – आता पांढऱ्यावर काळं काय करावं?

एक किंवा दोन हातांनी होईल, अशी ही गोष्ट नाही. माझ्यापाशी माणूसबळ नाही. जमीन घेतली जूनच्या एक तारखेला. डोक्यात होतं, पावसाळा सुरू व्हायच्या आत खड्डे घेऊन रोपं लावून टाकावीत. सल्ले अनेकांनी दिले. सल्ला देण्याच्या बाबतीत असतो, तेवढे सढळ आपण कोणत्याच बाबतीत नसतो.

धान्याच्या सुधारित जाती शोधून काढण्यात मोठं यश मिळवलेले एक संशोधक गंभीरपणे म्हणाले, ''एक एकर शेती कधीही फायदेशीर होणार नाही. काहीही केलं, कोणतंही पीक घेतलं, तरीही. तुम्ही सरळ कॅझुरिनाची रोपं लावून टाका. हजार रोपं

एका एकरात मावतील. सहा वर्षांनी तोडता येतील. एक झाड पन्नास रुपयाला गेलं असं धरलं, तरी पन्नास हजार रुपये मिळतील. बरं, राखण नाही, मशागत नाही. रोपं जगली, म्हणजे पुढं पाणीसुद्धा नको.''

एक जण उत्साहानं सगळी जमीन बघून गेले. म्हणाले, ''ह्या तिन्ही पट्ट्यांतली माती तपासून घ्या एकदा. मी तुम्हाला गुलाबाची लागवड करून देतो. एक फूल पंचवीस पैशांना सहज जातं. एकरभर झाडांना फुलं येतील किती... हिशोब करा.''

आणखी एक जण म्हणाले, ''मला ही जमीन वर्षाच्या करारावर भाड्यानं द्या. मी रोपवाटिका करतो.''

ह्या वाटाघाटींत पावसाळा आला, गेला. हिवाळा आला, गेला. उन्हाळा आला – सरताही झाला. दुसऱ्या वर्षाचा जून आता येणार. काही ना काही केलं पाहिजे. रोपं लावायची, म्हणजेही सोपं काम नव्हतंच. आधी वडार बघून त्याला खड्डे ठरवून द्यायला पाहिजेत. एका खड्ड्याला काय मजुरी द्यावी लागते, म्हणून शेजारी असलेल्या अनुभवी शेतकऱ्याला विचारल्यावर उत्तर मिळालं, ''ते खड्ड्यावर असतं. जमीन निबर असली, तर एका खड्ड्याला सा बी घेतात, आट बी घेतात.''

प्रत्यक्षच विचारावं, म्हणून वडाराच्या तरुण पोराला विचारलं, तर तो म्हणाला, ''हे डोंगर भागातलं रान हाय. खाली खडकच हाय सगळा. सरसकट धा रुपय बसतील.''

''समज, तुला खड्डे आखून दिले. असे तीस आणि असे सत्तर. तर, शंभर खड्डे पावसाच्या आत देशील?''

''इसार देऊन ठिवा आज. हातातलं काम झालं की, तुमच्याला सुरुवात करू.''

दरम्यान, दीडशे रुपये देऊन मी सगळा एकर नांगरून घेतला. शेजारच्या शेतकऱ्याच्या ट्रॅक्टरनं हे काम केलं.

खत पाहिजेच होतं. म्युनिसिपालिटीचं कचराखत चांगलं असतं, म्हणून कुणी तरी सांगितलं होतं. सहा ट्रक घेऊन त्याचे ढीग रानात घातले. दोनशे रुपयाला एक ट्रक. आता ते पसरणं आलं. त्यासाठी रोजगारी पाहिजेतच. ते मिळण्यासाठी वाट पाहायला पाहिजेच.

एके दिवशी सहा गडी लावून खत पसरून घेतलं. आता पेरणी. सुरुवातीला अन्नधान्य तर घेऊन बघू, म्हणून जोंधळा पेरायचं ठरवलं. शेजारच्या बांधभाऊ शेतकऱ्यानं मदत म्हणून भाड्यानं पेरून द्यायचं आणि पुढं पीक हाती येईपर्यंत गड्याकडून त्याची देखभाल करण्याचं मान्य केलं.

एका भल्या सकाळी माझ्या एकरात तिफण चालली. मी तिफण पुजली. नारळ फोडला. जमिनीला नमस्कार केला.

कृषिकर्माविषयीचं पावित्र्य व्यक्त करण्यासाठी आपल्याकडे जे विधी, सण,

उत्सव, मिरवणुका आहेत; तेवढ्या आणखी कोणा देशात असतील, असं वाटत नाही. घटस्थापना, नव्याची पुनव, बेंदूर किंवा पोळा, वसुबारस हे सण लहान खेड्यांत किती उत्साहानं, किती आनंदानं साजरे होतात, हे पाहिलं म्हणजे आपल्या कृषिसंस्कृतीची थोरवी पटते. आणि हे किती पुरातन काळापासून चालत आलं आहे! 'सीता' म्हणजे नांगराचा तास. ती बैलगाडी उपनिषदकाळापासून चालत आली आहे. प्रत्येक शेतात त्या क्षेत्राचा असा एक देव असतो. कोणी त्याला म्हसोबा म्हणो, कोणी नरसोबा म्हणो; पण रानात क्षेत्रपाल स्थापणं, ही प्रथा फारच प्राचीन काळापासून चालत आलेली आहे.

पेरलेली ज्वारी उगवून आली. दिसामासानं वाढू लागली. आकाशवाणीच्या नोकरीतनं मी अद्याप मोकळा झालो नव्हतो. एक वर्ष बाकी होतं. तरी सुट्टीच्या दिवशी पुण्यातून उठून मी शेत बघायला जाई आणि बांधावर उभा राही.

सबंध एकरभर डुलणारी ज्वारीची कोवळी रोपटं बघून बरं वाटे. ज्वारीच्या दोन्ही कडांना करडईचे पट्टे टाकलेले होते. ते रेशमी वस्त्राला काठ असावेत, तसे दिसत. जोडीजोडीनं तरंगणारी, पिवळ्या रंगाची फुलपाखरं ज्वारीच्या हिरव्या रानावर दिसत.

मग मी उत्साहानं साऱ्या एकरभर हिंडे. कष्टाळू शेतकऱ्याप्रमाणे रानातले बचकेसारखे धोंडे उचलून बांधावर टाकी. पाटाच्या पलीकडे एक ऐसपैस खडक आहे, त्यावर जाऊन बसे आणि पाय पाण्यात सोडी.

मनात येई की, ह्या एकराच्या उंच कोपऱ्यावर मी एक सुरेखशी झोपडी बांधीन – लहानशीच. दोनच खोल्या. मोठ्या खिडक्या, समोर रुंद ओसरी. माणदेशातल्या धनगरांनी काढलेल्या लोकरीचं एक जाड कांबळं खाली अंथरीन आणि त्यावर बसून माझं हे रान झाडाझुडपांनी, पिकांनी भरून गेलेलं पाहीन. मी इथं फळझाडं लावीन. आंबे, पेरू, डाळिंब, सीताफळ, पोपई, केळी, अंजीर, चिकू... काही फुलझाडं लावीन. गुलमोहोर, कडुनिंब, जांभूळ.

मी इथं काही अन्नधान्यं करीन. कधी मका, कधी गहू, कधी भुईमूग, कधी तूर, कधी मूग. पालेभाज्या, लसूण, कांदे, गाजर असलं माळवं मी घरापुरतं काढीन.

खळखळत्या पाण्यात पाय सोडून मी ही हिरवी आणि रसाळ मनोराज्यं करी.

आजूबाजूला पाखरं चिवचिवाट करत.

खारी शेपट्या उडवीत पळत. वारा भरारत राही. मोकळ्या रानात हुंदडणाऱ्या वासराला होतो, तसा आनंद मला होई. डोंगराच्या उतारावर गुरं राखत खाली उतरणारा गुराखी म्हणे, "काय, तात्या?"

"बसलोय निवांत."

"यंदा हुरडा खाताय रानातला!"

"होय."

“बरी हाय जवारी!”

हळूहळू ज्वारीला कणसं धरली, पण करडईवर मावा पडला. बाजूचे शेतकरी म्हणाले, “ह्या रानात करडईवर मावा पडतूच.”

निसर्गाच्या कृपेबरोबर त्याची अवकृपाही थंडपणे स्वीकारण्याची ही शेतकरीवृत्ती पाहून मला संतोष झाला.

ज्वारी हुरड्यावर आली. चिवचिचाटांनी आणि भराऱ्यांनी, रंगांनी व हालचालींनी मला सुखी करणाऱ्या पाखरांनी बरीच कणसं खाऊनही टाकली. काही ज्वारी त्यांच्यासाठीच नव्हती का?

एके दिवशी सकाळी मुलाबाळांसह जाऊन मी शेजाऱ्याच्या मदतीनं आगटी पेटवली आणि ज्वारीचा गरम हुरडा शेतात बसून खाल्ला.

अगदी काल-परवा शंकर जाधव नावाचा माझा बालमित्र मला पुष्कळ वर्षांनी भेटला. आम्ही कुंडल नावाच्या गावी एकत्र शाळेत होतो. हा चर्मकार बापाचा कर्तबगार मुलगा. आपल्या व्यवसायात त्यानं मोठी मजल मारली. तज्ज्ञ म्हणून त्यानं चांगलं नाव कमावलं.

बोलता-बोलता तो मला म्हणाला, “मी आता निवृत्त झालो आहे. मोठ्या डॉक्टर मुलापाशी मद्रासलाच राहतो. तिकडंच तो स्थायिक झालाय. सगळ्या भारत देशात, परदेशांत हिंडलो; पण जुन्या आठवणी जात नाहीत. मद्रासला फ्लॅटमध्ये राहतो. तिथल्या गॅलरीत बाग केलीय. त्या बागेत एका कुंडीत ज्वारीची चार ताटं वाढवली. कणसं आली. हुरडा झाला, तेव्हा तो चारच कणसं भाजून हुरडा खाल्ला.

“मुलगा म्हणाला, ‘हे काय खाता, बाबा?’

“मी म्हणालो, ‘तुला सांगितलं, तर नाही रे कळायचं!’....”

एकरातल्या त्या हुरडा-पार्टीनंतर माझी प्रकृती एकाएकी बिघडली. माझा जुना किडनी स्टोनचा विकार बळावला. वेदनांनी मी विव्हळ झालो. डॉक्टर, तपासण्या, उपचार या चक्रात अडकलो.

माणूस आजारानं हैराण झाला की, त्याचं भान हरपतं. रोजच्या जीवनापासून तो दूर जातो.

माझंही तसंच झालं.

ह्याच काळात शेजाऱ्यांचे निरोप आले. ज्वारीची काढणी अमुक-अमुक दिवशी, अमुक-अमुक वाजता आहे; तुम्ही या.

मी गेलो नाही. काढणी झाली का, खळं झालं का, ह्यांची चौकशीही मी केली नाही.

काढणी होऊन दोन-तीन महिने उलटून गेले. मी शेताकडं गेलो नाही. जोंधळे किती आले, कडबा किती झाला, ह्याचीही चौकशी मी केली नाही.

कारण मी ऑपरेशनमधून गेलो.

पुन:पुन्हा निरोप आले की, जोंधळे घेऊन जा. कोणी गेलं नाही.

मी हिंडू-फिरू लागलो, तेव्हा जोंधळ्याची काढणी होऊन बराच काळ लोटला होता. चौकशी केली, तेव्हा कळलं – जोंधळा एकशे तीस किलो झाला होता. निरोप पाठवूनही तुम्ही आला नाहीत. जोंधळाच तो – खायचा जिन्नस कुठल्या घरात राहणार? खाल्ला. वैरण गुरांनी खाल्ली.

जोंधळ्याचे आणि वैरणीचे पैसे इतके-इतके झालेत, ते देऊ.

म्हणजे, प्रश्नच संपला!

कोऱ्या कागदाप्रमाणे शेत पडून राहिलं.

दुसऱ्या वर्षाचा जानेवारी महिना येऊ घातला आणि ध्यानी-मनी नसताना माझ्या जन्मगावाहून आपल्या रानातली बोरं आणि पेरू घेऊन पुढारी हजर झाले. सडसडीत अंगकाठी, खादी सदरा-टोपी-धोतर. गंभीर चेहरा.

नमस्कार करून म्हणाले, ''माझं पत्र मिळालं का?''

''हो, मिळालं.''

''तुम्हाला शेतीची चालताचालत करून द्यावी, म्हणून मी आलोय.''

''उत्तम आहे. मला तुमच्यासारखं कोणी पाहिजेच होतं.''

आमच्या लहान गावात 'पुढारी' या टोपणनावानं ओळखले जाणारे हे गृहस्थ पेशानं शेतकरीच होते. पिकांची, फळबागांची त्यांना उत्तम माहिती होती. पण आपली स्वत:ची शेती सोडून, रानातलं घरदार, मुलंमाणसं सोडून एकटे असे हे माझ्या रानात किती काळ राहतील? एखादं वर्ष राहून हे निघून गेले, म्हणजे पुढं मी एकटा काय करू – असा विचार माझ्या मनात आला.

पुढारी येऊन चार दिवस झाल्यावर मी गंभीरपणानं माझी शंका बोलून दाखवली. म्हणालो, ''गेली दोन वर्षं तिकडं पाऊसपाणी नाही. पण पुढच्या वर्षी पाऊस झाला, म्हणजे तुम्हाला तिकडं जावं लागेल. मग माझा एकरातला पसारा कोण सांभाळील? तिथं कोण राहील?''

पुढारी म्हणाले, ''तुमची झाडं लावून त्यांना फळ येईपर्यंत मी इथनं हालणार नाही. तात्या, तुम्ही बिनघोरी राहा अगदी.''

आता पहिली गोष्ट म्हणजे, फार दिवस मनात होतं, ते झोपडं रानात उभं करणं. पुढाऱ्यांना राहण्याची सोय करणं आवश्यकच होतं. मी रानातला सोइस्कर असा उंचवट्यावरचा कोपरा पक्का केला. ओळखीनं, एक लहान काम करणारे बिल्डर

गाठले. त्यांना म्हणालो, ‘‘अगदी साधी झोपडी मला हवी, पत्र्याची. दोन लहान खोल्या, मोठ्या खिडक्या. पुढं व्हरांडा, लाकूड फार महाग आहे, हे मला माहीत आहे. आपण ऐनाचं लाकूड वापरू. किती दिवस लागतील बांधायला?’’

‘‘आधी आमचे आर्किटेक्ट प्लॅन करतील, तो पास करा. झोपडी काय, तुम्हाला दोन ते तीन दिवसांत ठोकून देऊ.’’

मी प्लॅन पाहिला. सुरेखच होता. रानातलं घर साधंच पाहिजे. हे तसं त्रिवार साधं होतं. एक दिवस आठ-दहा माणसं आली आणि सकाळपासून संध्याकाळपर्यंत त्यांनी लाकडाचा सांगाडा उभा केला. दुसऱ्या दिवशी आले आणि ठो-ठो पत्रे ठोकून गेले. माझ्या रानात सावली झाली.

दोन्ही खोल्यांच्या जमिनी – एकीला फरशी, पुढच्या व्हरांड्याला फरशी, रंगरंगोटी हे सावकाश होत गेलं. पुढाऱ्यांनी आपल्या हातानं जमीन केली. झोपडीच्या समोर सुरेख विटा लावून बागेची आखणी केली. गुलाब, जास्वंदी, कर्दळ, झेंडू, जिरॅनियम असली रोपं लावली.

रानाला शोभा आली.

आम्ही फळबागेची आखणीही केली. खड्डे खणून घेतले. ते भरले. भरून घेण्याआधी एक लहानसा अपघातही झाला.

संध्याकाळ झाली होती. दिवस मावळून गेला होता. पुढाऱ्यांशी गप्पा मारत मी ओसरीवर घोंगडं पसरून बसलो होतो. तित्तिरीच्या हाका ऐकू येत होत्या. मधेच अगदी झोपडीजवळ असा लावी पक्षिणीचा आणि तिच्या लहान पोरांचा आवाज आला. पक्षिणी पोरांना एकत्र बोलावत होती. टेकडीकडचा मोठा बांध ओलांडून तिला वर जायचं होतं. कडुसं पडत होतं.

एकाएकी मला पिलाचा आक्रोश ऐकू आला. काय झालं, म्हणून झोपडीशेजारी उभं राहून पाहू लागलो, तर चिवचिवाट अगदी पायांशी आला. वाकून खाली पाहिलं, तेव्हा ध्यानात आलं –

लावी पक्षिणीचं एवढंसं पिलू तीन बाय तीनच्या खड्ड्यात पडलं होतं. वर आई हाका घालत होती आणि खड्ड्यात पडलेलं हे पोर धडपडत ओरडत होतं.

ह्याला हातानं उचलून सोडलं, तर काही अपाय नाही ना होणार? माणसाचा हात लागला, म्हणून ह्याला आई आणि भावंडं टाकून तर देणार नाहीत?

अंधार पडायच्या अगदी बेतात होता. काय करावं?

अखेर रबरप्लँटच्या वाळल्या पानांनीच त्याला उचललं आणि बांधाच्या माथ्यावर सोडलं. स्पर्श टाळला.

पोरानं तत्काळ आवाज केला. आईनं ओ दिली. भावंडांचा चिवचिवाटही कानांवर आला. पाचोळ्यातून खसपसाट करत पोर गेलंसुद्धा.

चला, अपघात टळला.

शेतकी कॉलेजमध्ये जाऊन मी पेरूची, सीताफळाची, आंब्याची रोपं घेऊन आलो आणि लावून मोकळा झालो.

कलमी आंब्याची पंधरा, लखनौ पेरूची सत्तर, सीताफळाची तीस, अंजिराची चार, आवळ्याची दोन. नंतर काही दिवसांनी पंधरा गणेश डाळिंब, चिकू, पपई, केळी, शेवगा, कढीलिंब, कागदी लिंबू ही रोपं लागून निघाली आणि रान छान दिसायला लागलं. पिवळ्या आणि हिरव्या बांबूची तीन-तीन बेटंही मी लेंडी जांभूळ आणि वाहता पाट होता, त्या कोपऱ्यात लावली. कल्पना ही की, उन्हाळ्यात हा एक गार सावलीचा कोपरा व्हावा. एखादं सुरेख पुस्तक छातीवर ठेवून इथं मला पसरता यावं.

दिसामासानं झाडं वाढली.

गावाकडं पाऊस झाल्यामुळं पुढारी आपलं वचन विसरून निघून गेले.

जवळजवळ सहा महिने मला गडीमाणूस मिळालं नाही. चार-पाच दिवसांनी जाऊन मी आणि घरवाली झाडांना पाणी घालू लागलो. बऱ्याच काळानं पुन्हा एकवार कुदळ आणि फावडं माझ्या हातांत आलं. पाण्याच्या लोटासमोर धावणं, हात-पाय चिखलात भरवून घेणं करावं लागलं. सोबतीला बगळे, साळुंख्या असत.

कागदाला समास सोडावा, तसा ह्या एकराला मी खालच्या बांधाला लागून काही जमिनीचा पट्टा सोडला होता. भेंडी, मेथी, कारली, दोडके, टमाटे, कोथिंबीर, रताळी, गाजर, मुळे असलं माळवं मी ह्यात करत होतो. हे सगळं घरापुरतं म्हणून मी करायचो. पण जमीन देऊ लागली, म्हणजे किती देते! एवढ्या भाजीचं करायचं काय?

घरच्या घरी थोडी विक्रीही केली.

लेखकाच्या घरात तागडीचाही आवाज उठला.

जमिनीचा गुण म्हणा किंवा आम्ही खाऊपिऊ घातलं, त्याचा गुण म्हणा; सर्वांत आधी डाळिंबांना फळं धरली. तांबडीभडक मोठमोठी फुलं येतच होती. ती आम्ही काढून टाकत होतो. झाडांची वाढ चांगली व्हावी, म्हणून काही काळ फुलं काढावी लागतात. पण झाडावरची टवटवीत फुलं खुडून टाकणं, हे काही आनंद देणारं काम नव्हतं. झाडं लावून तीन वर्षं झाली आणि आम्ही बहार धरला. गर्द हिरव्या पानात फिक्कट हिरवी फळं दिसू लागली. बघता-बघता बचकेएवढी झाली.

झाडं भारानं लवली. बांबूंचे आधार बांधावे लागले.

फळं चांगली पोसली. पिवळी-तांबडी दिसायला लागली. दिवसभर राखण करणारा; पाणी देणं, खुरपणं, पाट काढणं ही कामं करणारा गडी आता मिळाला होता. मी वारंवार जात होतो. कधी बायकोही जात होती.

फळं जसजशी तयार होऊ लागली, तशी पाखरांची गर्दी होऊ लागली. राघू, धनछडी, कोकिळा वारंवार दृष्टीला पडू लागल्या.

बागेत फिरून पाहिलं की, रोज आठ-बारा मोठी फळं अर्धवट खाल्लेली मिळायची. आतले दाणे पिकून तांबडे झालेले असायचे. कोण खातं ही फळं? राघू?

बरीच नजर ठेवल्यावर लक्षात आलं की, ही फळं खारी खातात. एरवी गोजिरवाण्या, आनंदी, निरुपद्रवी वाटणाऱ्या खारी.

या आधी माझी वांगी, टमाटे, पाडाचे आंबे खारीच खात होत्या. भुईमुगाच्या शेंगा उंदरांनी खाल्ल्या होत्या. मक्याची कणसं कावळ्यांनी खाल्ली होती. कलिंगडं काही खारींनी, तर काही उंदरांनी खाल्ली होती.

जून महिना उजाडला.

दरम्यान, राखणदार म्हणाला, ''तात्या, बाग द्याची का?''

''कोण मागतंय?''

''मागत होता वरचा एक शेतकरी.''

''त्याला म्हणावं, मला भेट.''

''बरं.''

फळांची तोड, पेट्या भरणं, वाहन ठरवून ती सकाळी-सकाळी गुलटेकडी मार्केटला नेणं – हा खटाटोपच होता. उक्ती खोतीच जर कोणी घेतली, तर बरंच होतं.

बाग घेऊ म्हणणारा शेतकरी भेटला. म्हणाला, ''औंदा भरपेट डाळिंब हाय गुलटेकडी मार्किटला.''

मला अभिप्राय कळला. म्हणालो, ''पण उत्तम फळाला गिऱ्हाईक असतंच.''

''ते बी हायेच.''

''काय देणार तुम्ही सगळ्या बागेचं?''

''रुपय दोनशे दिऊ.''

आता, डाळिंब घ्यायला मी बाजारात गेलो की, तीन रुपयांपेक्षा कमीनं चांगलं फळ मला मिळत नव्हतं. पंधरा झाडांची सुमारे तीनशे फळं धरली, तरी मला किमान पाचशे रुपये मिळायला पाहिजेत.

''पैलवान, जमायचं नाही.''

मी चार दिवस आणखी जाऊ दिले. पावसाळा एकदा सुरू झाला की, डाळिंबांचा राडा व्हायला अवकाश नव्हता. एक तर रानात चिखल झाला असता. फळांची वाहतूक करणं जिकिरीचं झालं असतं. शिवाय फळं डागळली असती, कुजली असती. आता फळं तयार झाली आहेत, रंग उतरला आहे; तोवरच काढून न्यावीत, असा विचार केला.

एका भल्या सकाळी मुलाला सोबत घेऊन रानात गेलो. जाताना दोन मोठे हारे बरोबर घेतले. डाळिंबाचं फळं काढायचं, म्हणजे त्याच्या बाजू चपट झालेल्या पाहिजेत. पुढचं फूल वाळून-वाळून कोळ झालं असलं पाहिजं. फुलावर अंगठा दाबताच ते लाकडी लागलं पाहिजे. फळाचा रंग पिवळसर तांबूस झाला असला पाहिजे. एकटाच झाडाखाली उभं राहून अशा परीक्षेला पास झालेली डाळिंब काढली.

घरी आणून पसरून ठेवली.

चार-सहा दिवस जाऊ दिले. पुन्हा गेलो. उरलेली सर्व फळं काढली आणि घरी आलो.

एक, दोन, तीन – अशा प्रती लावल्या. मोठं फळ, मध्यम फळ, लहान फळ... आणि सगळी फळं मोजली.

चारशे फळं भरली.

फारच सशक्त आणि देखणी फळं होती. त्यांतली मित्रपरिवारात वाटण्यासाठी म्हणून काही बाजूला ठेवली.

आता, हे एवढे चार हारे घेऊन गुलटेकडी मार्केटपर्यंत जायला माझ्यापाशी वाहन नव्हतं. ह्याला टेंपो किंवा तत्सम वाहन पाहिजे.

प्रकाशकांना फोन केला.

"माझ्या प्रतिभेची फळं तुम्ही बाजारात ठेवता. ही श्रमाची फळं वाहायला मला मदत करा. सकाळी सहा वाजता गुलटेकडी मार्केटला जायचं आहे. तुमची व्हॅन पाहिजे."

"येतो. सहाला तयार ठेवा हारे."

प्रकाशकांनी हारे उचलून व्हॅनमध्ये ठेवायलासुद्धा मदत केली.

गुलटेकडी मार्केट म्हणजे महारथींनी भेटण्यास कठीण असा चक्रव्यूह आहे. ह्याआधी कलिंगडं विकण्याच्या निमित्तानं माझी एका एजंटाशी ओळख झाली होती. हे माझ्यासारख्या उत्पादकाकडून भाजी, फळं, धान्य घेऊन ते विक्रेत्याला खपवतात आणि आपलं कमिशन कापून तुमच्या हातात पैसे टाकतात. मार्केटयार्डच्या भाषेत ह्याला 'पट्टी' म्हणतात.

मी लवकर गेलो होतो. शेजारच्या गाळ्यावरच्या माणसाकडून कळलं की,

अद्याप कोणी आलं नाही.

मी धावत-पळत मूळ गाळ्यावर गेलो.

तिथं शरीरानं गोटीसारखे गोल, ठेंगणेठुसके, हसतमुख आणि मिठ्ठास वाणी असे एजंट भाजीच्या ढिगात उभे होते.

डोक्यावर पांढरी टोपी. अंगात शर्ट. खाली पायजमा. गळ्यात टॉवेल.

मी नाव सांगताच हात जोडून म्हणाले, ''अरे, वा-वा! फार दिवसांनी आठवण झाली आमची? नमस्कार.''

''डाळिंबं आणलीत थोडी.''

''असं? अरं विठ्ठल, हे आपले दोस्त हायेत. ह्यांची डाळिंबं काय असतील, ती खपवायची. आन् पट्टी द्यायची लगीच. जा.''

हा गाळा विठ्ठलच्या ताब्यात नव्हताच. आणखी कोणी होता, पण तो आलेला नव्हता. विठ्ठलानं हारे उतरून गाळ्यावर घेतले. मला सांगितलं, ''तो येईलच आता, बाळू. त्याला मी सांगतो. आधी तो तिकडंच येईल. तुम्ही आरामात बसा इथं.''

एवढं सांगून विठ्ठल निघून गेला.

प्रकाशक पुस्तक-विक्रेतेही होते. त्यांना दुकान उघडायची घाई होती.

इथं आणलेले हारे रिकामे झाले की, खरेदी-विक्रीच्या गोंधळात अदृश्य होतात, असा अनुभव मला एकवार मला होता. त्यामुळं डाळिंबं फरशीवर भराभरा काढून घेऊन मी तिन्ही-चारी हारे मोकळे केले, गाडीत टाकले. म्हणालो, ''तुम्ही जा आता प्रकाशक, जाता-जाता एवढे हारे घरी टाकता आले, तर बघा.''

प्रकाशक गेले.

मार्केट यार्डात यायचं, म्हणजे शेतकऱ्याची सेन्सिबिलिटी पाहिजे. न्याहारीला वडापाव किंवा शॅम्पल-पाव खाऊन तोंड तळल्या मिरच्यांनी भाजलं पाहिजे. स्पेशल चहानं निवलं पाहिजे.

दरम्यान, कोण बाळू म्हणून होते, ते आले. वक्त्यात जसा नाट्यगुण आवश्यक असतो, तसा तो विक्रेत्यातही असावा लागतो. बाळकोबा वयानं बरे तरुण होते. अंगानं रोकडे होते.

पण त्यांच्या बोलण्या-चालण्यात एक आकर्षक शैली होती. ते म्हणाले, ''आपण बसा ना साहेब, चहा सांगतो.''

घडीच्या खुर्च्या फक्त दोनच होत्या. एक एजंटाची आणि दुसरी उत्पादकाची. त्यांतली एक बाळकूनं झटकली.

मी म्हणालो, ''जरा हिंडून येतो.''

''या. तेवढ्यात मी माल लावतो.''

सगळीकडे धमाल गर्दी होती. रिक्षा, टेम्पो, ट्रक, हातगाड्या, बैलगाड्या आणि माणसं, एजंट, उत्पादक, हमाल, विक्रेते, गिऱ्हाईक... आमच्या शेजारी फणसाचे ढीग ओतलेले होते. ढीग कसले, डोंगर! आणि लिलाव होत होता. दहा नगांची किंमत ठरत होती. हातगाडीवाल्यांनी, पाटीवाल्या बायांनी तुफान गर्दी केली होती.

मी आणि मुलगा हॉटेल शोधत गेलो.

वडा-पाव-मिरची घेऊन सावकाश परत गाळ्यावर आलो.

बाळोबांनी आता फळं कौशल्यानं रचली होती. इतकी की, ही फळं माझीच की, आणखी कोणाची – असं मलाही वाटावं. चातुर्य सारं रचनेत होतं. फरशीवर आधी वाळल्या गवताचा आळा, त्याच्या आधारानं डाळिंबं लावलेली. लाल-लाल, भगवी बाजू बाहेर दिसायला. मोठमोठी फळं बाहेर दिसायला. मधे लहान. सगळ्या ढिगावर एक-एक सुरेख पाच पाकळ्यांत चिरलेलं, तांबड्या भडक दाण्यांचं डाळिंब. ढीग एक, ढीग दोन, ढीग तीन... गाळ्याच्या पायऱ्यांच्या समोर चिल्लर मालाचा एकच मोठा ढीग. ह्यात बारकी, चिरकी, फुटलेली, ठेचलेली डाळिंबं. मला वाटलं, हे कोण घेणार?

त्याच ओळीत असलेले गाळे मी हिंडून बघितले आणि फार नर्व्हस झालो. सुरेख आकारातली अतिशय आकर्षक रंगाची किती डाळिंबं आज बाजारात आली होती. खरं पाहिलं, तर ह्या मालामध्ये माझी डाळिंबं काहीच नव्हती. असली, तर अगदीच नगण्य!

हळूहळू गिऱ्हाईक यायला सुरुवात झाली. पहिली चौकशी झाली, ती पायरीखाली लावलेल्या त्या चिल्लर मालाची. एक बाई आली. चाळिशीच्या पुढची. दोन्ही मांड्यांवर लुगडं नेसलेली. कामगार-वर्गातली.

"बाळू, कसा दिलास ह्यो ढीग?"

"घे, उचल. पंधरा रुपय दे."

"नीट सांग की! चेष्टा करतूस काय माजी?"

"रंग बग, चव बग – गनेश हाय, गनेश!"

"दे आटाला."

"चल, धा दे आन् उचल."

"आट."

"बरं, उचल."

सगळा ढीग आठ रुपयांना गेला.

मग एक लठ्ठमुठ्ठ बाई आली. मोठ्या डाळिंबांच्या ढिगातलं एक उचलून म्हणाली, "कशी दिली?"

"चाळीस."

''तिसानं द्या.''

''पस्तिसाला उचल. ए रामू, टाक माप.''

झिंजावाल्या रामूनं माप टाकलं. मग माझ्या लक्षात आलं की, हिशेब हाऱ्यावर आहे. एक हारा म्हणजे साठ नग.

ही बाई गल्यागल्यांतून डोईवर पाटी घेऊन विकणारी असावी.

दोनशे नगांपैकी साठ नग गेले.

मग आलेलं गिऱ्हाईक बहुधा हातगाडीवरून फळं विकणारं असावं. ह्याचीही विक्री गल्ल्यांतलीच. स्वत:चं दुकान वगैरे नाही. वणवण फिरूनच विक्री.

''कशी दिली?''

''आधी माल बगा. गनेश हाय, गनेश.''

''रग्गड गनेशच आल्येत.''

''पांढरा दाना न्हाय, तांबडा हाय.''

''परवडंल, असं बोला.''

''चाळीसला उचल.''

''तीस.''

''फूट.''

''पस्तीस.''

''उचल. टाक रं, माप.''

मोठ्या डाळिंबांचा सगळा ढीग, म्हणजे दोनशे नग संपले.

मग बराच वेळ गिऱ्हाईक फिरकलंच नाही.

बाळोबा म्हणाले, ''जातील, हो सायेब. थोडी कळ काढावीच लागती.''

माझ्या लक्षात आलं की, उत्तम फळाचा भावही उत्तम आहे. तो ह्या विक्रेत्यांना परवडणारा नसावा. त्याचे विक्रेते वेगळे असले पाहिजेत. फळाची विक्री करणारे स्टॉलवाले किंवा हॉटेलवाले किंवा ज्यूसबारवाले.

अर्धा-पाऊण तास वाट बघूनही कोणी गिऱ्हाईक आलं नाही, तेव्हा मी पाय मोकळे करावेत, म्हणून पुन्हा बाहेर पडलो.

उत्तम डाळिंबांचे ढीग, आंबे, फणस, भाज्या हा बाजार बघून हिंडून परत आलो.

दरम्यान, माझी सगळी डाळिंबं विकली गेली होती.

एका तासाभरात, सहा महिने मी जोपासलेलं पीक उडालं होतं.

माझ्या डाळिंबांनी अनेक जणांना काम पुरवलं होतं. हा बाळू, त्याला मदत करणारा हमाल पोऱ्या, गल्ली-बोळांतून डाळिंबांची पाटी डोक्यावर घेऊन विकणारी ती बाई, चिल्लर खुर्दा घेऊन तो झोपडपट्टीत विकणारी दुसरी बाई, तो गाडीवाला आणि माझ्या माघारी ज्यांनी डाळिंबं नेली, ते सगळे विक्रेते. म्हणजे मी बऱ्याच

जणांना रोजगार पुरवला होता.

थोडा वेळ इकडं-तिकडं भटकून मी मालाची पट्टी घ्यायला कचेरीत गेलो.

पाच-दहा मिनिटांत पट्टी मिळाली.

माझ्या हातात चारशे डाळिंबांचे एकशे ऐंशी रुपये आले!

खड्डे, रोपं, खतं, कीटकनाशकं, गड्याचा पगार, माझे हेलपाटे, श्रम आणि मूळ जमिनीची किंमत लक्षात घेऊन मी जेव्हा ही रक्कम पाहिली; तेव्हा वाटलं – ह्यापेक्षा मी सहा महिन्यांत एक पुस्तक लिहिलं असतं, तर?

फायदेशीर सर्जन कोणतं – हे की ते?

पण मग माझा भूमीशी संबंध राहिला असता का?

माणूस म्हणून सुख शोधायचं; तर जीवनात साधेपणाचे, निखालस साधेपणाचे, काही लांबलचक पदर आवश्यक आहेत.

मला हे मिळाले असते का?

'आत्म्याची गरज भागवण्यासाठी एकाही पैशाची आवश्यकता नसते!'

– हे वचन फक्त तत्त्वज्ञांसाठीच आहे का?

एकूण, शेती हा धंदा नाही; तो जीवनमार्ग आहे. माणूस शिकारी होता, तेव्हा फक्त कुटुंबापुरतंच मिळवत होता. मी दहा हरणं आज मारीन, दोन कुटुंबासाठी ठेवीन आणि आठ विकीन, हा विचार त्यानं कधी केला नाही. पुढं तो शेतकरी झाला. घरापुरतंच पिकवायला लागला. जास्ती पिकवून ते गरजूला विकावं, पैसा करावा आणि तो पुढच्या पिढीसाठी साठवावा, हा विचार त्यानं कधी बरं केला? ही त्याच्या प्रगतीची मुहूर्तमेढ होती, का दुःखाची?

काही का असेना – आपण आपल्या एकरात श्रमावं आणि मिळेल तेवढा आनंद मधमाशीसारखा गोळा करावा, हे खरं.

■

९

धायरीच्या खारी

माणसाच्या वाऱ्यालाही उभी न राहणारी काही जनावरं आहेत आणि काहींनी आपणहून माणसांचा आश्रय पत्करला आहे. खार ह्या चपळ, गोंडस, चिमुकल्या जनावरानं माणसाचा आश्रय पत्करला आहे. पाठीवर पट्टे असलेल्या खारी फक्त जंगलातच कधी काळी असतीलही; आज त्या माणसाच्या सहवासातच दिसतात. शहरात, खेड्यात, शेतात ह्या शेपूट उडवीत धावताना दिसतात.

माडगूळला बामणाच्या पत्र्यात वस्तीला खारी असल्याचं मी पुष्कळ वर्षं पाहतो आहे. एक तर ही इमारत रानात आहे. बांधकाम दगडीमातीचं आहे. वर कौलारू छप्पर आहे. इथं कायम वस्तीला असं कोणी नसतं. हे सगळं हेरून आज वर्षानुवर्षं इथं खारी पोटभाडेकरूसारख्या राहिल्या आहेत.

म्हातारे कोंडिबातात्या बरीच वर्षं बामणाच्या पत्र्यात एकटे राहत. विहिरीतून पाणी शेंदून अंघोळ करत. स्वत:चे कपडे स्वत: धूत आणि हातानं करून जेवत. त्यांना रानात सोबत असायची ती शेळी, तिची करडं, गाय, तिचं वासरू आणि औतकामासाठी येणारी दोन खिलारी बैलं यांचीच.

आम्ही जानेवारी महिन्यात कधी हुरडा खाण्यासाठी माडगूळला गेलो, तर तात्या माझ्यापाशी तक्रार करायचे –

"अरे, तुझ्या लहान बंदुकीनं एकवार इथल्या खारी मारून टाक. त्यांचा फार त्रास असतो मला. चुकून कधी दुधाचं पातेलं उघडं राहिलं, तरी दूध पिऊन टाकतात. दिवसा, रात्री यांची आढ्यावरून पळापळ चालू असते. सतत आवाज करतात. धपकन वरनं अंथरुणावर पडतात अंधारात. साप पडला काय म्हणून बघितलं, तर खार दिसते!"

मी बरं-बरं म्हणायचो आणि विसरून जायचो. दूध पिणं ह्या गुन्ह्याबद्दल देहान्ताची शिक्षा फारच झाली.

आजच सकाळी मी धायरीच्या रानात जाऊन आलो. तेव्हा तात्यांचं होतं, एवढंच आता माझंही वय झालं आहे. एअरगन घेऊन रानावनांत भटकणारं कोणी पोर आता सबंध माडगूळकरांच्या घरात नाही. एरवी मीही त्याला म्हणालो असतो, ''अरे, ह्या खारींचा भलताच उपद्रव होतोय – ह्यांच्याकडं बघ जरा.''

मला हा वैताग येण्याचं तात्कालिक कारण असं की, आज डाळिंबाच्या बागेत हिंडताना जवळजवळ तीन डझन अर्धीकच्ची डाळिंबं मी काढून टाकली. गेल्या खेपेला, त्याच्या आदल्या खेपेलाही असंच घडलं.

ही फळं खारी खातात, हे माझ्या पटकन ध्यानात आलं नाही. कारण राघू, धनेश, कोकिळा ही पाखरंही धायरीच्या रानात फार दिसतात. मला वाटे, ही फळं पक्षी खातात. खाईनात का – किती खातील? काही वाटा त्यांचाही असतोच.

पण पुढं माझ्या लक्षात आलं की, पक्षी थोडं पिकल्यावर फळाला चोच लावतात. हिरव्या रंगाची, पांढऱ्या दाण्याची ही तुरट फळं खारीच कोरून खातात. अनेक झाडांवर डाळिंबांची केवळ गोल टरफलं लोंबताना दिसतात. हे कोरीव खाणं पक्ष्यांचं नाही, खारीचं आहे.

डाळिंबं साधारण मोठी झाली की, त्यांच्यावर खारींची धाड सुरू होते, ती थेट फळं उतरेपर्यंत चालू राहते. कुतूहल म्हणून, खारीनं कोरलेलं डाळिंब मी चाखून पाहिलं. चव ना धव असे ते मऊ दाणे लागले. उंट कडू इंद्रावणाची फळंही निर्विकारपणे खातो; ही कडू-वीख फळं इतर कोणीही खात नाही. शेरडू कसलाही पाला ओरबाडतं, कारण त्याला चव कळत नाही. कोणी रंगांधळं असतं, कोणी रातांधळं असतं; तसंच खारीचं आहे का?

माझ्या रानात दुसरीही फळं आहेत. खारी वांगी खातात, हे मी अनुभवलं आहे. लहान कलिंगडंही त्यांनी कोरून खाल्ली आहेत. चिक्कूची फळं मात्र पाड आलेली अशीच खारी खातात. पेरूच्या बाबतीतही तसंच दिसतं. खार कच्चे पेरू खात नसावी. टमाटेसुद्धा पिकल्यावर किंवा गाभुळल्यावर खारी खातात. हा चोखंदळपणा डाळिंबाच्या बाबतीतच तेवढा का विसरला जातो, हे कळत नाही. कदाचित डाळिंबं जास्त आवडत असावीत.

एकोणीसशे चौऱ्याऐंशीत मी धायरीच्या एकरात पत्र्याच्या दोन खोल्या आणि रुंद ओसरी एवढाच निवारा बांधला. झाडांना पाणी, खतं बघणारे देवराव एका खोलीत राहत होते. दुसरी खोली बंद असे. कधी चार-आठ दिवसांनी आम्ही जात

असू, तेव्हा ती उघडली जात असे. ह्या खोलीला माळा होता. मला एकदा संशय आला की, खारींनी ह्या माळ्यावर वस्ती केली असावी. माळा तपासला, तेव्हा खारीच्या गबाळग्रंथी घरट्याचा केवढा तरी गळाठा निघाला. गवत, कापूस, पानं, आणखी काहीबाही – असा हा गळाठा होता.

पहिल्यांदा लक्षात आलं, तेव्हा एक आई आणि दोन जाणती पोरं एवढंच मर्यादित असं हे कुटुंब होतं. मी म्हणालो, राहू देत; सोबत आहे.

ह्यांनी केलेली पळापळ मला दिसायची. माळ्यावर येणं-जाणंही दिसायचं. पुढं ह्या खारीच्या लेकी वयात आल्या असाव्यात आणि त्यांना जोडीदार भेटले असावेत. वाफेवर आलेली खार एक-दोन दिवसांत एकापेक्षा जास्त नरांशी जुगते. पुढं सुमारे सहा आठवड्यांनी दोन किंवा तीन पिलांना जन्म देते. पिलं जन्मल्यावर काही दिवस आंधळी असतात. अंगावर लवही नसते. पिल्लं होण्याच्या आधी काही दिवस खार आपलं गबाळं घरटं बांधते – ते कुठं तरी बोरी-बाभळीच्या झाडावर, रानातल्या पडळीच्या माळ्यावर, दगडमातीनं बांधलेल्या घराच्या भिंतीला पडलेल्या बिळात असतं. पिल्लं मोठी होईपर्यंत घरट्यात असतात. पुढं बाहेर पडतात.

हिवाळ्यात एकवार ऊन खात बसलेल्या सहा खारी मी झोपडीच्या पत्र्यावर पाहिल्या. हे एक कुटुंबंच असावं. माळ्यावर मी मोठी, लोखंडी पत्र्याची शेगडी ठेवली होती. तिचं दार उघडं राहिलं होतं, का खारींनी उघडलं होतं, देव जाणे! ही जागा त्यांना घरट्यासारखी फारच सुरक्षित वाटली असावी. एकवार स्वयंपाकातही कौशल्य संपादन केलेला माझा मित्र आणि दोघे चवीनं खाणारे मित्र असे मुक्कामाला धायरीच्या एकरात गेलो; तेव्हा ही शेगडी काढली, तर तिच्यात खारीचं घर दिसलं! घर सुरक्षित ठेवून शेगडी पेटवणं शक्यच नव्हतं. घर उपसावं लागलं, पण आत पिल्लं नव्हती, ती जाणती होऊन बाहेर पडली असावीत. सहांचं कुटुंब आणखी वाढलेलं दिसलंही.

ह्याच झोपडीत आमचा रोजचा वावर नसल्यामुळं भुऱ्या रंगाचे लहान शेतउंदीरही कुठं खोक्यातून, गुंडाळून उभ्या केलेल्या चटईतून घरं-पोरं करू लागले; तेव्हा मी बाजारातून उंदराचा सापळा आणून झोपडीत लावू लागलो. पण शेतउंदरं फारच चाणाक्ष. सापळ्याकडं ते कधी फिरकलेच नाहीत. कंटाळून मी सापळा माळ्यावर टाकून दिला.

ह्याच सुमाराला खारीच्या कुटुंबातली एखादी खार पोटुशी राहिली असावी. तिला घरट्यासाठी सापळा ही चांगली जागा वाटली. तपासत-तपासत ती पातळ पत्र्यावर गेली. पत्रा वाकला. खार सापळ्यात जाताच पत्रा वर जाऊन बाहेर येण्या-जाण्याची वाट बंद झाली. हिच्या मागोमाग दुसरी खार आत का गेली, ह्याचं कारण

मला कळलं नाही.

पुढं, सापळ्यात मरून गेलेल्या दोन खारी आढळल्या.

आपल्या देशात गरजू लोकांना काम मिळत नाही. अन्न, वस्त्र, निवारा ह्या प्राथमिक गरजांनाही ते पारखे असतात, असं आपण म्हणतो. पण निदान मोठ्या शहराच्या आसपास तरी तूर्त शेतीकामासाठी माणसं मिळत नाहीत, ही वस्तुस्थिती आहे. प्रामाणिकपणानं अंगमेहनत करावी, स्वीकारलेल्या कामाबाबत कौशल्य संपादन करावं, चंगळबाजीच्या नादी लागू नये – असं क्वचितच कुणाला वाटतं. लबाडी करावी, कामात होता येईल तेवढा चुकारपणाच करावा, दाम सतत जास्त मागत राहावं, चंगळ करावी – अशीच बहुतेकांची वृत्ती दिसते. गेल्या आठ वर्षांत सात जणांचा मी अनुभव घेतला. एखाददुसरा अपवाद वगळला; तर मिळणारा पगार आणि निवारा, वागणूक आणि नडी-अडचणीला मदत ह्या गोष्टी लक्षात ठेवून वागणारा माणूस मला अद्याप भेटलेला नाही.

मध्यंतरी वडार जमातीतला एक चाळिशीतला माणूस मिळाला. एकटाच होता. प्रपंचाचं काही लिगाड त्याच्या मागं नव्हतं. शेतीतली माहिती बेताची होती; पण मेहनती होता. झाडांना आळी करणं, पाण्याचे पाट खोदणं, वेळच्या वेळी झाडांना पाणी देणं – ही कामं मन लावून करायचा.

एक महिना गेला.

आजूबाजूचे लोक मला म्हणाले, ''कसला गडी ठेवलाय तात्या तुम्ही? हा रोज भरपेट दारू घेतो. रानातल्या खारी मारत हिंडतो. खारी भाजून खातो.''

धायरीच्या एकरात खारी जास्ती झाल्या होत्या, हे मी बघतच होतो. निसर्गातला समतोल बिघडला होता, हे त्याचं प्रमुख कारण असावं. खारी जास्त व्हाव्यात, असं वातावरणही त्यांना मिळालं होतं. एकराच्या आसपास पाणी होतं. हिवर, बाभळ, सावर असली झाडं होती. एकरात पेरूची बाग होती. चढावं-उतरावं, अशी हीच सत्तर झाडं झाली. शिवाय बोरी होत्या. जांभूळ, अंजीर, चिकू, आंबा, केळी, उंबर ही झाडं होती. सावरीच्या फुलांतला नेक्टर (मध) खारी आवडीनं पितात. माझ्या रानाच्या थोडं पलीकडं सावरीचे काही वृक्ष आहेत. काटेरी वृक्षावर लहान पक्ष्यांची घरटी असतात. त्यांत अंडी असतात. खार ही पटाईत अंडीचोर आहे. माझ्या झोपडीपुढच्या जांभळीला मी ह्या एप्रिल महिन्यात फुलचुखीचं लहान लोंबतं घर पाहिलं. त्यात अंडी मात्र नव्हती. फुलचुखी पाखराची ये-जाही दिसली नाही. मला साहजिकच शंका आली की, खारींनं अंडी खाऊन टाकली.

आजूबाजूच्या परिसरात फारशी झाडी नाही. फळबागाही नाहीत. साहजिकच इथं खारींची पैदास जास्त आहे. पैदास आहे आणि निसर्गनियमानुसार खारी हे ज्याचं

अन्न आहे, असं मात्र कोणीही नाही. बहिरी ससाणे नाहीत, गरुड नाहीत, घारी नाहीत. धामणी नाहीत, घुबडंही नाहीत.

काही वर्षांपूर्वी सुगीची वेळ साधून फिरस्ते लोक गावोगावी यायचे. कैकाडी, फासेपारधी, वैदू, बेलदार, गोसावी, घिसाडी, तिरमल असे हे लोक असायचे. बहुतेकांपाशी शिकारी कुत्री असायची. माणूस नावाचा प्राणी ज्या शिकार संस्कृतीत पन्नास हजार वर्षं होता, त्या संस्कृतीचे हे अखेरीचे वारसदार शिकार करूनच मांस खात. बकऱ्या-कोंबड्यांचं मांस विकत घेऊन खाणं त्यांच्या शक्तीपलीकडचं होतं.

ह्यांच्यापैकी नेमके कोणते लोक खारी मारत, हे अचूक मला सांगता येणार नाही. गावाभोवतालची रानं हे लोक हिंडत. निंब, उंबर, बाभळ, असलं झाड हेरून त्याच्या बुंध्याशी जाळं लावत. ह्यांच्या गळ्यात बांबूच्या चोयट्यांपासून बनवलेली शिट्टी असे. ही शिट्टी वाजवताच खार ओरडते, तसा आवाज निघे. शेंड्याशी असलेल्या खारी बुंध्याकडे धावत आणि जाळ्यात सापडत. सापडलेल्या खारींचं ओझं वागवीत हा संध्याकाळी आपल्या पालावर येई. रोज बऱ्याच खारी तिरमलांच्या तव्यावर जात.

असले फिरस्ते लोकही आता उरले नसावेत. धायरीच्या रानात फिरताना ते आजवर कधीही मला आढळलेले नाहीत.

म्हणजे आता, खारी खाऊन जगणारं कोणी राहिलेलं नाही. नैसर्गिक असा कोणी भक्षक नसल्यामुळं ही धायरीच्या एकरात खारींची संख्या वाढली असणार. मी मुद्दाम एकरात असं म्हणतो आहे. माझ्या रानापासून सुमारे दोनशे पावलांवर दुसऱ्या शेतकऱ्याची डाळिंबांची बाग आहे. ह्या बागेतल्या झाडांवरची फळं खारींनी कोरलेली दिसत नाहीत.

माझ्यापुढं आता दोन वाटा आहेत.

खारींची संख्या नैसर्गिकरीत्या कमी होईल, असं काही करणं.

डाळिंबं आणि इतर फळांचं खारींपासून कमीत-कमी नुकसान होईल, अशी खबरदारी घेणं.

खारींची संख्या नैसर्गिकरीत्या कमी करण्याचा एकच मार्ग मला सुचतो. तो म्हणजे, एक उत्तम जातीचा बोका पाळणं आणि रानातल्या खारींची शिकार करूनच उपजीविका करण्यात त्याला तरबेज करणं. नाही तरी रोडंट हेच मांजराचं भक्ष्य आहे. खार त्याच वर्गातली आहे.

मी काही वर्षं फ्लॅटमध्ये राहिलो. हा फ्लॅट चवथ्या मजल्यावर होता आणि तिथं पाली आणि पारवे ह्यांचा फार उपद्रव होता. हा कमी व्हावा, म्हणून मी पाळलेल्या पर्शिअन बोक्याला शिकार करायला शिकवली. हा उत्तम प्रकारे पाली मारायला शिकला. त्या तो मारून खात नसे. पारवे मात्र मारून खात असे.

माडगूळला जुन्या घरात उंदीर फार झाले, तेव्हा आमच्या पाळलेल्या कुत्रीला मी उंदीर मारायला शिकवलं. बिळातून उंदीर बाहेर आला की, त्या बिळाचं तोंड मी बोळा घालून बंद करी आणि उंदराला हुसके. तो धावत बिळाकडे येई. ह्या प्रवासात कुत्री त्याला अचूक पकडी आणि बाहेरच्या अंगणात बसून दोन पायांत धरलेला लठ्ठ उंदीर चवीनं खाऊन टाके, मग तिला नेहमीच्या दूध-भाकरीचा कालासुद्धा नको होई. शिकार हाच कुत्र्यांचा जीवनमार्ग आहे. माणसाच्या सहवासात ती दूध-भाकरी खाऊ लागली. एका महिन्या-दीड महिन्यात अशा पद्धतीनं आम्ही घरातल्या उंदरांची संख्या काबूत आणली.

चांगला हुशार बोका मिळाला, तर धायरीच्या एका एकरातल्या खारींची संख्या तीन-चार महिन्यांत काबूत आणण्याची मला उमेद आहे.

पायाला काटे बोचू नयेत, म्हणून आपण वाटेवर आच्छादन घालण्याचा वेडेपणा न करता आपला पायच आच्छादून घेतो. म्हणजे कातडी बूट वापरतो. त्याप्रमाणं, प्रत्येक चांगल्या फळाला प्लॅस्टिकची पिशवी घालूनही फळं वाचवता येतील, असं मला वाटतं. तोही प्रयोग करून पाहावा लागेल.

खारी एअरगननं मारणं किंवा उंदरासाठी मिळणाऱ्या विषाच्या वड्या झाडाच्या बेचक्यात वारंवार ठेवून त्याचं आमिष खारी मारण्यासाठी उपयोगात आणणं नको वाटतं. अनैतिकही वाटतं. फळं, फुलं, कोंभ हेच खारीचं अन्न आहे. ते कोणी पिकवलं, ह्याच्याशी त्यांना काय कर्तव्य आहे?

खारी आणि आपण गुण्यागोविंदानं एकत्र राहिलो, तर आनंदच आहे.

■

१०

भृगू सांगतात, की –

'धर्मशास्त्राचा इतिहास' ह्या आपल्या ग्रंथात भारतरत्न म. म. डॉ. काणे ह्यांनी म्हटले आहे :

'एखाद्या मनुष्याच्या कुंडलीवरून त्याची मानसिक स्थिती अथवा भाग्यदशा आणि त्याच्या आयुष्यातील घटना ह्यांच्याबद्दलचे फारसे काही भविष्य सांगता येणार नाही, असे वाटते.

'भृगुसंहितेमधील अवतरणांच्या आधारावर कुंडलीचे वर्णन करणे, ही गोष्ट पुष्कळ वेळा लबाडीची असते. तथापि, काही भविष्ये खरी ठरतात, ही गोष्टही नाकबूल करता येत नाही.'

पुढे डॉ. काणे ह्यांनी बडोद्याच्या गायकवाड राजघराण्यातील सनदेचा दाखला दिला आहे.

इ. स. १७९३मध्ये चिंतो महादेव गोळे ह्या नावाच्या ज्योतिष्याला त्यानं सांगितलेलं भविष्य खरं ठरल्यामुळं पूर्वी केलेल्या कराराप्रमाणे एक गाव बक्षीस दिला. ही सनद इंडियन अँटीक्वेरी खंड १६, पान ३१७ वर छापली आहे. ह्या सनदेतील वर्णनाचा सारांश असा आहे की, गोविंदराव गायकवाड ह्यांना आपला राज्यावरील हक्क सोडून पंचवीस वर्षं पुण्याला राहावं लागलं होतं. श्री. चिंतो महादेव गोळे ह्यांनी गोविंदरावांना एक बंद केलेलं पत्र दिलं होतं. ह्या पत्रात दिलेलं भविष्य खरं ठरलं, तर गोविंदराव गायकवाडांनी ज्योतिषी गोळे यांना पाच हजार रुपये वार्षिक वतनाचा एक गाव बक्षीस देण्यासं मान्य केलं होतं.

ह्या पत्रात असं लिहिलं होतं की, इ. स. १७९२मध्ये पुण्याचे पेशवे गोविंदरावांना एका विवक्षित दिवशी विवक्षित लग्न उदित असताना बोलावणं

पाठवतील. काही रक्कम आणि प्रदेश पेशव्यांना देण्याच्या अटीवर त्यांना त्यांच्या राज्यावर बसविण्याचं मान्य करतील. तीन शिरपेच, मोत्यांचा तुरा, एक हत्ती आणि एक निळ्या रंगाचा घोडा असा आहेर पेशवे गोविंदरावांना करतील. त्या शिरपेचावर किती माणकं आणि हिरे असतील; त्या तुऱ्यात किती लहान, किती मोठे असतील – हा तपशील त्या पत्रात होता. त्यानंतरही गोविंदरावांना अकरा महिने पुण्यात राहावं लागेल, आणि त्या मुदतीपैकी आठ महिने अत्यंत कष्टांत काढावे लागतील. त्यानंतर गोविंदरावांनी देऊ केलेला मुलूख पेशवे त्यांना परत करतील आणि अमुक महिन्यांत गोविंदराव बडोद्याला परत जातील.

हा सर्व तपशील त्या ज्योतिष्यानं कसा सांगितला, हे कळत नाही. कारण प्रस्तुत ग्रंथकाराला ज्ञात असलेल्या कोणत्याही फलज्योतिषशास्त्रावरील ग्रंथांमध्ये इतकं तपशीलवार भविष्य सांगितलेलं नाही अथवा तसे नियम दिलेले नाहीत

म. म. काणे ह्यांनी ज्योतिष्याविषयी लिहिलेला हा मजकूर मी वाचलेला होता. मी स्वत: कधी ऊठसूट ज्योतिष्याकडे जात नाही. माझी कुंडलीही कोणी केलेली नव्हती. शाळेत नाव घातलं, तेव्हा त्या रजिस्टरात नोंदणी केली गेली; तीच जन्मतारीख मला माहीत होती.

वयाच्या विसाव्या वर्षापासून मी लिहू लागलो. पुढं 'माणदेशी माणसं', 'गावाकडील गोष्टी', 'बनगरवाडी', ही पुस्तकं प्रसिद्ध झाली. मी लिहिलेले चित्रपट पडद्यावर आले. एका थिएटरात सतत दोन वर्षं एक चित्रपट चालला, तेव्हा ज्योतिषी कुंडली मागू लागले.

कुंडली नाही. ती आता करावी म्हटलं; तर नक्की जन्मतारीख, दिवस, वेळ मला माहीत नव्हता.

प्रत्येक आईच्या स्मृतीत मुलांचे जन्म शिलालेखांसारखे कोरले जात असावेत. मी आईला विचारलं, तर ती म्हणाली, ''चैत्राच्या महिन्यातला जन्म आहे तुझा.''

''तारीख?''

''ती कोण लिहून ठेवणार? पण नाथाष्टमीची पाचवी होती.''

''वार?''

''मंगळवार, माझा उपवासाचा दिवस.''

''वेळ काय होती?''

''मध्यान्ह रात्र.''

''म्हणजे रात्री बारा वाजता?''

''हो, अगदी मध्यान्हीलाच.''

जन्म झाला ते वर्ष आणि आईकडून मिळालेला हा तपशील मी एका जाणकाराला दिला, तेव्हा त्यानं कुंडली करून दिली. ती अचूक आहे, याचा पडताळा पुढं किती

वर्षांनी आला. त्या आधी, कोणी-कोणी माझं भविष्य वर्तवलं होतं; त्यापैकी काही लक्षात राहिलं नाही.

पंचावन्न सालची गोष्ट. 'मी तुळस तुझ्या अंगणी', ह्या चित्रपटात मी काम करीत होतो. तोंडाला रंग असा प्रथम लावला. माझ्याबरोबर शाहू मोडक होते. ते भविष्य सांगतात, हे मला माहीत नव्हतं. लाइटिंग होत असताना मधल्या वेळात आम्ही दोघंच सेटवर बसलो होतो.

शाहूराव म्हणाले, "माडगूळकर, तुमचा हात पाहू –"

मी उजवा हात पुढं पसरला.

काही क्षण हात निरखून ते म्हणाले, "लवकरच एका मोठ्या ऑर्गनायझेशनमध्ये तुम्ही तीन वर्षांसाठी जाणार."

माझी जाण्याची जागा म्हणजे वर्तमानपत्राची कचेरी किंवा सिनेमा कंपनी. पण तीन वर्षांसाठी?

पुढं ध्यानी-मनी नसताना पंचावन्न सालीच नोव्हेंबर महिन्यात मी आकाशवाणीत ग्रामीण कार्यक्रमाचा प्रोड्युसर ह्या नात्यानं गेलो. सुरुवातीचं कॉन्ट्रॅक्ट तीन वर्षांसाठी होतं. पुढं ते लांबत-लांबत वयाच्या अठ्ठावन्न वर्षापर्यंत झालं.

कवी स. अ. शुक्लांची आठवण माझे वडीलबंधू सांगायचे. कोल्हापूरला मास्टर विनायकांच्या हंस कंपनीत ते एकोणीसशे अडतीस साली हरकामी नट म्हणून लागले. स. अ. शुक्लही कंपनीत कामाला लागले होते. ते भविष्य सांगत.

एकवार ते अण्णांना म्हणाले, "थांबा काही वर्षं, ह्याच चित्रपटाच्या व्यवसायात तुम्ही कार आणि बंगल्याचे धनी व्हाल."

खरं झालं भविष्य. अण्णांनी भव्य असा 'पंचवटी' बंगला पुण्याला घेतला. कार घेतली नाही, कारण फिल्म प्रोड्यूसरकडून ती हवी तेव्हा मिळत असे.

सत्तर साली मी दुखण्यानं, ह्यानं-त्यानं बेजार झालो होतो. मनाची उभारी नाहीशी झाली होती. फार नाउमेद झालो होतो. तशात घाटे नावाचे एक मित्र भेटले. ते बोलता-बोलता म्हणाले, "एकवार आपण भृगू पाहू."

मी म्हणालो, "पाहू. कोण आहे तुमच्या परिचयाचं?"

"हो, आहेत. तुमची नवमांश कुंडली आहे का?"

"आहे."

आठवडा गेला.

जेव्हा-तेव्हा हसत बोलणारे घाटे म्हणाले, "उद्या सकाळी नऊ वाजता बोलावलंय."

“जाऊ या.”

मी स्कूटर चालवत होतो. घाटे मागे बसून ‘हं, इथं उजवीकडं, हं इथं डावीकडं’, असं सांगत होते.

अखेर आलं ठिकाण. घर-देऊळ एकच होतं. अरुंद जिना चढून वर गेलो.

गृहस्थ म्हातारे होते. उघडेच बसले होते. गळ्यात पोवळ्यांची माळ होती. कपाळाला गंध होतं. अंगावर स्वच्छ वस्त्र होतं. त्यांची बैठक अगदी साधी होती. समोर उतरतं डेस्क होतं. त्यावर पोथीसारखी पानं घेऊन बसले. डोळ्यांना चश्मा लावला. म्हणाले, “मी वाचतो. बरोबर वाटलं, तर बरोबर आहे, म्हणा. चूक असेल, तर चूक म्हणा.”

मी मान हलवली.

त्यांनी वाचलं.

मी म्हणालो, “हे बरोबर नाही.”

मग त्यांनी ते पान ठेवून दुसरं उचललं. वाचलं.

ऐकून मी म्हणालो, “नाही, हेही बरोबर नाही.”

अशी तीन-चार चुकीची पानं निघाली. मग ते वाचू लागले.

“शुक्र विचारतात – धनु लग्नाचे, वृषभ नवमांशाचे शुभाशुभ फल सांगा. तनुस्थानी केतू, पराक्रमी गुरू, बुध आहे. सुखस्थानी रवी, पंचमात शुक्र, सहाव्या स्थानात उच्च चंद्र, सप्तम स्थानात राहू, मंगळ... बारा स्थानात शनी वक्री आहे. विप्र कुळात जन्म झाला असेल.”

एवढं वाचल्यावर पोवळ्यांची माळ घातलेल्या आणि छातीवर केस पांढरे झालेल्या ज्योतिष्यांनी माझ्याकडं चाळशीतून साभिप्राय पाहिलं.

मी हसून मान हलवली.

ते पुढं वाचू लागले : “रवी... खेड्यात जन्म. उत्तर दिशेला गमन होऊन स्थैर्यलाभ. लोकानुरंजनाच्या कलेमधे द्रव्यलाभ संभवतो. हा स्वपराक्रमानं प्रासाद बांधील.

“शरीर उंच, बलवान, भोगलुब्ध, विलासी, बहुश्रुत. वयाच्या सेहेचाळीस वर्षांपूर्वी कन्याविवाह घडेल. स्वल्पविद्या. विनोदी साहित्यलेखन. स्फुट लेखनापेक्षा दीर्घलेखनामुळे लौकिक प्राप्त होईल.”

माझं संस्कृतचं ज्ञान फार जुजबी आहे. गळ्यात पोवळ्यांची माळ घातलेल्या ज्योतिष्यांनी मला आधीच सांगितलं होतं :

“कागद-लेखणी आणली आहे?”

“हो.”

"मग मी काय वाचतो, ते उतरून घ्या."

मी भराभर उतरवून घेत होतो. चुकांकडे लक्ष नव्हतं. भावार्थ कळला तरी पुरे, एवढं मनात होतं.

आता माझा जन्म विप्र कुळात, खेड्यात झाला; उत्तर दिशेला गमन होऊन स्थैर्य लाभलं, ही गोष्ट खरी. पुणे किंवा मुंबई दोन्हीपैकी कोणत्याही गावाचा विचार केला, तरी माझ्या गावाच्या उत्तरेला ही शहरं आहेत. मला स्थैर्य लाभलं, ते पुणे नावाच्या शहरात येऊन राहिल्यावर काही वर्षांनी. पुणे माझ्या खेड्याच्या उत्तर दिशेला आहे.

मी गंभीर लिहिणारा लेखक आहे. विनोदी लिहावं, असा विचारही कधी माझ्या मनात आला नाही. कारण विनोद सुखदायक असला, तरी दीर्घकाळ टिकणारा नसतो. हजारो वर्षं टिकलेल्या पंचतंत्रासारखा ग्रंथ विनोदी नाही. इतका दीर्घकाळ टिकून राहिलेला विनोदी ग्रंथ मला माहीत नाही. शिवाय माझी प्रकृतीही विनोदी लेखकाची नाही.

माझ्या कन्येचा विवाह माझ्या सेहेचाळीस वर्षांच्या आत झाला, ही गोष्ट सत्य आहे. माझी उंची पाच फूट नऊ इंच आहे. मी बलवान होतो. मी भोगलुब्ध आहे. विलासी म्हणता येणार नाही, पण बहुश्रुत मात्र नक्कीच म्हणता येईल. साध्या जीवनाची मला ओढ आहे. भाकरी, तेल, चटणी, कांदा आवडतो. खेड्यात राहणं आवडतं. जंगलात हिंडणं आवडतं. साध्या लोकांत मिसळणं आवडतं. रानात काम करणं, राहणं आवडतं. पायी चालणं आवडतं. श्रीमंत, विलासी लोकांत मिसळणं मी टाळतो. मला त्यांच्यात संकोच वाटतो.

शेवटचं विधान : राजसेवा घडेल.

ह्याचा अर्थ सरकारात नोकरी, असा मी घेतला. मी तीस वर्षं सरकारच्या नोकरीत काढली.

पुढं.

'चंद्र... विद्वान, भूमिलाभ. नवीन घराची रचना स्वपराक्रमानं करील. वयाच्या चाळीस वर्षांनंतर भाग्यवान. मोठ्या शहरात राहणं होईल. घरासाठी ऋण काढावं लागेल. ऋण राहणार नाही.

'विलासी, कलावान, वस्त्रालंकारप्रिय. वाहनयोग.'

मला विद्वान जनांबद्दल आदर आहे. मी स्वत: विद्वान नाही.

वयाच्या तेहेतिसाव्या वर्षी मी घर बांधलं. चोवीस आणि तीन हजार असं सत्तावीस हजार ऋण झालं. ते फेडलं गेलं. मला छानछोकी पोशाख करणं प्रिय आहे. पण अलंकाराचा लोभ मुळीच नाही. मी सोन्याची अंगठीही वापरत नाही.

वाहनयोग आहे, असं सांगताच मी ज्योतिष्यांना म्हणालो की, माझ्याकडे

व्हेस्पा स्कूटर आज आहे.

"अंहं, चार चाकी वाहन."

पुढं मी कार घेतली. वापरली. आजतागायत वापरतो.

'चंद्र, शनी वक्री.

'पत्नीच्या पाठीला पीडा. औषधपाण्यास खर्च. प्रथम कन्या.

'कन्येच्या जन्मापासून भाग्योदयाला सुरुवात – असं भृगू सांगतात.

'डाव्या डोळ्याला विशेष त्रास. दृष्टिदोष. ज्येष्ठ भाऊ प्रसिद्ध होईल.'

प्रथम कन्या, हे बरोबर. तिच्या जन्मापासून भाग्योदयाला सुरुवात, हेही मान्य. उजव्या डोळ्यापेक्षा डावा डोळा अधू, हे बरोबर. पण दृष्टिदोष मोठासा जाणवला नाही. चश्मा लागला आहे. अजून वाचन, चित्रं काढणं चालू आहे.

ज्येष्ठ भाऊ प्रसिद्ध, हे बरोबर.

'मंगळ सप्तम स्थानी. स्वतंत्र वृत्ती, बाणेदार, अभिमानी. नाना वाटांनी द्रव्य मिळवील. हस्तचापल्यवान, लेखक, गौरवर्ण, शरीर भव्य, डोळे मोठे. क्षेत्रसुखवर्जित (शेतजमिनीचा उपयोग नाही.). विद्येत विघ्न. विद्या पूर्ण होणार नाही. अति चतुर बालक राहील. बुद्धिवान. अभक्ष्यभक्षण व मद्यपान करील. तरी धार्मिक वृत्तीचा. योगाभ्यास करील. ज्या ठिकाणी संगीताचा व्यवसाय चालतो, त्या ठिकाणी नोकरी करील. कीर्ती वाढेल. नाट्याभिनयात चतुर. सर्व तऱ्हेने मंगल होईल.

'परदेशगमन करील.

'राज्यमंत्र्यापासून सन्मान.

'स्त्रीच्या शरीराला शस्त्रक्रिया घडेल.

'अस्थिभंग घडेल.

'ह्या बालकाला स्वप्नात सर्प दिसतील. उग्र देवता दिसतील.

'मंगळ धनस्थानावर उच्च दृष्टीनं पाहतो.

'बँकेत पैसे राहतील.

'धनधान्य-समृद्धी राहील.

'ज्येष्ठ बंधू सुखानं राहील.

'विवाहानंतर भाग्योदय.'

हे बरंच बरोबर आहे. मी बाणेदार, अभिमानी आहे. नाना वाटांनी द्रव्य मिळवलं, हे खरंच. लेखन, त्यात चित्रपटकथा, नाटक, रेडिओ – हे सगळं आलं. नोकरी केली. चित्रं काढली, कथाकथन केलं. पुस्तकांची भाषांतरं केली. व्याख्यानं दिली. लोकनाट्यं लिहिली. सिनेमात डॉयलॉग डिरेक्टर, नट म्हणूनही काम केलं. वृत्तपत्रात नोकरी केली. शाळामास्तर झालो. मैलाचे दगड रंगवले. ह्या नाना वाटाच आहेत. परदेशगमन झालंच. केंद्र सरकारनं ऑस्ट्रेलियात रेडिओ-शिक्षणासाठी पाठवलं.

फ्रान्स मित्र मंडळानं बोलावलं, म्हणून फ्रान्सला गेलो. नाट्यमहोत्सवात 'सती' नाटक निवडलं गेलं. त्यानिमित्त दक्षिण कोरियाला गेलो. 'कुंपणापलीकडील शेत' ह्या परदेशातील लेखकांनी लिहिलेल्या पुस्तकाच्या प्रकाशनाच्या निमित्तानं अमेरिका आणि इंग्लंडला गेलो. सिंगापूर, स्वित्झर्लंड, जपान, फिलिपाइन्स ह्या देशांतील मोठ्या शहरांत दोन-दोन दिवस काढले.

राज्यमंत्र्यांकडून सन्मान आजवर तरी झालेला नाही. ज्येष्ठ बंधू सुखी होते. पत्नी, मुलंबाळं, आला-गेला, नावलौकिक, आप्तमित्र, घरदार, आरोग्य, मानसन्मान सगळं त्यांना लाभलं. दीर्घायुष्य नाही लाभलं.

माझा भाग्योदय लग्नानंतर झाला. म्हणजे एकविसाव्या वर्षानंतर झाला, हेही खरं. वयाच्या एकविसाव्या वर्षी मी 'माणदेशी माणसं' लिहिली.

माझ्या मुलाच्या जन्माच्या आधी पत्नीला शस्त्रक्रिया करून घ्यावी लागली.

अस्थिभंग नाही.

सरकारी नोकरीतून निवृत्त झाल्यावर प्रॉव्हिडंट फंड मिळतो. अंथरूण पाहून हातपाय पसरणारा गृहस्थ काही सेव्हिंग्जही करतो. त्याला शिल्लक म्हणायचं, तर ती राहिली आहे.

स्वप्नात सर्प दिसतात. अनेकदा अशी स्वप्नं पडतात. प्रत्यक्षात मात्र फार कमी सर्प पाहिले आहेत.

स्वप्नात उग्र देवता दिसल्याचं स्मरत नाही.

धनाची समृद्धी आहे, असं म्हणणं अतिशयोक्तीचं होईल. धान्य शेतीतून घराला पुरून उरेल एवढं मिळतं. काही विकताही येतं.

'बुध तिसऱ्या स्थानी – बुद्धिमान, गोड भाषा लिहिणारा. लेखक. दीर्घलेखक, मोठ्या शहरामध्ये राहील. मनातली इच्छा पुरी होईल.

'दयाळू, ज्ञानवान, वितरणशाली (जनतेत प्रसार होईल). अनेक मार्गांनी धनप्राप्ती होईल. सकलकार्यांत निपुण. धार्मिक. पायतळी चिन्हे असतील. ग्रामगौरव.'

मी मोठा बुद्धिवान नाही. गोडचा अर्थ चांगली, निखळ मराठी भाषा लिहिणारा असा अभिप्रेत असला, तर माझी मराठी भाषा चांगली आहे. अतिदीर्घ अशी महाकादंबरी माझ्या हातून लिहिली गेलेली नाही. कादंबरी लिहिणारा ह्या अर्थी दीर्घलेखक हे विशेषण असेल, तर मी एक-दोन बऱ्या कादंबऱ्या लिहिल्या आहेत.

मी क्रूर नाही. मन चटकन द्रवते.

सकलकार्यांत मी निपुण नाही. बऱ्याच गोष्टी मला करता येत नाहीत. उदा. – संस्था चालवणं, समाजकार्य करणं, मोटार दुरुस्त करणं, स्वयंपाक करणं, पुढारी होणं, मोर्चा काढणं, चळवळ करणं, भांडणं, वशिला लावणं वगैरे, वगैरे.

मी कर्मठ नाही. धार्मिक असणं मला गैर वाटत नाही. मी धर्मग्रंथ गांभीर्यानं

वाचतो. तुकाराम वाचताना, गीताई मोठ्यानं म्हणताना मला काही जागी आजही गहिवरून येतं.

माझ्या पायावर चिन्हं आहेत का, हे मी कधी पाहिलेलं नाही. दुसऱ्या कोणी मला सांगितलं नाही.

'गुरू तृतीय स्थानी.

'ज्येष्ठ बंधू वात प्रकृती. वर्णानं काळा, मोठी प्रतिष्ठा असलेला. ह्याला काव्यकला प्राप्त राहतील.

'गुरू-मंगळाचा प्रीतियोग शुभफळ येणारा आहे. आयुष्य भरपूर.

'वय ४६, ४७, ४८ ह्या काळात वेतनवृद्धी-राजगौरव.'

नोकरीत असताना वेळोवेळी पगार वाढला.

राजसत्तेकडून गौरव, असा अर्थ घ्यायचा; तर पुस्तकांना सात शासकीय पारितोषिकं मिळाली आहेत.

'शुक्र पंचमस्थानी. बुद्धिमान, राजसन्मान घडेल. आरोग्य चांगले राहील. वय वर्षे बत्तीसपासून स्थैर्य.

'सत्ता, पदवी मिळेल. शौर्यसंपन्न (त्रिकोणात शुक्र असल्यामुळे), नाना प्रकारच्या सूचना व विचार देईल. कल्पना सुचतील (त्या योगाने कीर्तिवान होईल.)'

सत्ता, पदवी आजवर तरी मिळालेली नाही. लोभही नाही. मी शौर्यसंपन्न आहे वा नाही, ह्याची कसोटी लागलेली नाही. पण मी घाबरट, पळपुटा नाही. आल्या प्रसंगाला धैर्यानं सामोरं जावं, असं मी मनाला बजावत असतो आणि तसा वागतो. मला नाना कल्पना सुचतात, हे खरं. कीर्ती कळायला पन्नासएक वर्षांचा काळ जावा लागेल. नंतरही काही उरलो, तर ती कीर्ती.

'शनी बाराव्या स्थानी असल्यामुळे – राजकोप, राजपीडा, मूत्रपीडा, दीर्घायुष्य.

'वयातील पंचावन्न ते साठ काळ विशेष भाग्याचा. वयातील १५, १६, १७ राजकीय अरिष्ट. त्यामुळे विद्येत विघ्न.'

ऑगस्ट बेचाळीसच्या चळवळीत असल्याबद्दल घातपात करणारा इसम म्हणून कोल्हापूर सरकारनं माझ्यावर वॉरंट काढलं होतं. कोल्हापूरला एकवार मी पकडला गेलो होतो आणि नंतर सोडलं होतं. पोलिसांच्या तडाख्यातून एकदा पळालो होतो

माझी किडनीस्टोनची आजवर दोन ऑपरेशन्स झाली आहेत. अद्यापही एक स्टोन किडनीत आहे.

साहित्य संमेलनाचं अध्यक्षपद मिळणं, साहित्य अकादमीचं पारितोषिक मिळणं, हे भाग्याचं असतं असं मानलं; तर ह्या दोन्ही गोष्टी वयाच्या पंचावन्न ते साठ ह्या काळातच घडल्या.

पंधरा, सोळा, सतरा ह्या वयातच मी ऑगस्ट बेचाळीसच्या चळवळीत पडलो.

वॉरंट निघालं. भूमिगत राहिलो होतो. त्यामुळं शिक्षणखंड पडला.

'राहू, सप्तमस्थानी.

'अपात्र व्ययकाटी, अतिविश्वास ठेवणारा. फसवणूक होईल. घरामध्ये नागपूजा राहील.'

अपात्री व्यय हा सगळ्यांच्याच हातून होत असावा. कारण पात्रता ठरवणं कठीण असतं. घरामध्ये नागाची अशी वेगळी किंवा विशेष पूजा नव्हती. व्यंकटेश हा कुलस्वामी. त्याच्या मूर्तीच्या डोक्यावर मात्र नागफणा होता. ती पूजा रोज होई.

'केतु तनुस्थानी लग्न.

'कुलदीपक होईल.

'बलवान. दीर्घ देह.

'हृदयरोग संभवतो.

'रक्तदोष; तथापि अनिष्ट नाही.'

वयाच्या तिसाव्या वर्षापर्यंत माझ्या अंगात चांगली पहिलवानाची ताकद होती. उरळी कांचनला छप्पन्न साली गेलो. महिनाभर राहिलो. सात दिवस पाण्यावर उपास केला. त्यात वजन गेलं आणि शक्तीही गेली.

पुढं मधुमेहानं ती हळूहळू गेली.

हृदय अजून दणकट आहे.

मधुमेह आहे, म्हणजे रक्तदोष आहेच. रक्तदाबही आहे.

शेवटी भृगू सांगतात :

'गेल्या जन्मी हा क्षत्रिय होता. हरणाची शिकार करत होता. ऋषीनं पाळलेलं हरिण ह्यानं मारलं. शाप मिळाला. पुढील जन्मी विप्र होशील; परंतु तुझ्या हातून विप्रकर्म होणार नाही, हिंसाकर्म होईल. परंतु तुला पैसा, कीर्ती व कला प्राप्त होतील.'

मी थोडी-फार शिकार केली. प्रवाहातले मासे, खेकडे धरले. रानडुक्कर, बिबळ्या, चितळ, हरणं, भेकरं, ससे, चित्तूर, लावे, भटेर, लांडोऱ्या, होले, पारवे, हरेल असे प्राणी आणि पक्षी मी मारलेत. ह्यालाच 'हिंसा' म्हणायचं, तर ते कर्म मी करीत आलो आहे.

'इति श्री भार्गवसंहितायागे भृगू संवादे,
कुंडली अध्याये, तनुसुखभावफल समाप्त।।'

भृगुसंहिता भविष्य

ता. ६.१२.७२

वेळ : सकाळी ९ ते १०

■

११

५७ वे अखिल भारतीय मराठी साहित्य संमेलन : अध्यक्षीय भाषण

स्थळ : अंबाजोगाई

दिनांक : चार फेब्रुवारी, एकोणीसशे त्र्याऐंशी

साहित्यप्रेमी रसिकहो,

मराठवाडा ही मराठी साहित्याची जन्मभूमी आहे. महात्म्यांची खाणच; अशा ह्या भूमीत आजपासून सुरू होणाऱ्या शब्दांच्या उत्सवात आपण माझी अध्यक्ष म्हणून निवड केलीत, हे माझं भाग्य आहे. आपण केलेल्या ह्या गौरवाबद्दल मी आपणा सर्वांचा अतिशय आभारी आहे.

माझ्यासमोरच्या सभाजनांत साहित्यिक आहेत, साहित्याचे शिक्षक आणि अभ्यासक आहेत, त्याप्रमाणं बहुसंख्येनं साहित्यप्रेमी, रसिक वाचकही आहेत. साहित्याबद्दल, साहित्यनिर्मितीबद्दल, साहित्याच्या प्रयोजनाबद्दल ऐकण्यासाठी आपण उत्सुक आहात आणि ह्या जबाबदारीचा मोठाच बोजा माझ्या मनावर येऊन पडलेला आहे. मी साहित्यशिक्षक नाही, समीक्षक नाही; तर निव्वळ सर्जनशील गद्य साहित्यिक आहे. जेवढं प्रचितीचं आहे, तेवढंच सांगण्याकडं माझा आजवर कल राहिलेला आहे. सोलापूर जिल्हा साहित्य संमेलनाच्या वेळी, गोमंतक साहित्य संमेलनाच्या वेळी आपण ते ऐकूनही घेतलं आहे, ही आठवण माझ्या मनाला धीर देते आहे.

मी कुठून कुठं आलो, कसा जगलो, कसा चाललो, यासंबंधी काही वेचक भाग मी सांगितला; तर मी आजवर जे लिहिलं, त्यावर काही प्रकाश पडेल, असं मला

वाटतं. आणि, हा प्रकाश एकूणच साहित्य नावाच्या वस्तूकडं पाहायलाही उपयोगी पडण्याचा संभव नाकारता येणार नाही.

पहिली गोष्ट अशी की, साहित्यिक असतो; होत नाही. जितक्या स्वाभाविकपणे केळीला घड येतो. तितक्याच स्वाभाविकपणे त्याच्याकडून लेखन होतं. जमिनीचं कवच फोडून वर उसळून येणाऱ्या केळीच्या रसरशीत कोंभातच घडाचं आश्वासन असतं. असा तो मुळातच असला, म्हणजे आजूबाजूच्या वातावरणाचा लाभ त्याला मिळतो.

आज वयाच्या पन्नाशीनंतर मी जेव्हा मागं वळून पाहतो; तेव्हा मी जिथं वाढलो तिथलं वातावरण, माझ्या लेखनाच्या संदर्भात मला नव्यानं जाणवतं. माणदेशातल्या वैराण मुलखात, बाराशे वस्तीच्या एका लहान गावातील धाब्याच्या घरात माझा जन्म झाला आणि वयाची जवळजवळ अठरा वर्षं मी तिथंच काढली. अठराशे वीस साली सर्जन कोट्स नावाच्या कोणा अभ्यासकानं पुण्याजवळच्या लोणी गावाचं केलेलं वर्णन आज आपण वाचतो. एकोणीसशे तीस-पस्तीस साली माझं गावही तसंच होतं. कोट्सचं निरीक्षण आश्चर्यकारक आहे. गावगाडा, जाती-जमाती, पीकपाणी यांबद्दलची त्याची निरीक्षणं आपल्याला स्तिमित करतात. लोणी गावात बहिरोबासारखी किती देवस्थानं होती, त्यांची ख्याती कशाबद्दल होती, हे सांगणारा कोट्स मग गावात भुतं किती आणि कुठं-कुठं होती, हेही सांगतो. जाती-जमातींबद्दल सांगताना गावात गुलामांची घरं होती आणि गावचा वाणी आपल्या दुकानात कस्तुरीही ठेवत होता, हा बारकावा विसरत नाही. माझ्या गावातही विष उतरवणारा देव होता. जाती-जमाती होत्या, भुतं-खेतं होती; पण गुलामांची घरं मात्र नव्हती आणि वाण्याचं तर गावात दुकानच नव्हतं. काड्याची पेटी खरेदी करायची असली, तरी पाच मैल अंतरावर असलेल्या तालुक्याच्या गावी जाऊन आणावी लागे. काड्याच्या पेटीची चैनही अनेकांना परवडत नसे. गावचे पाटील चिलीम पेटवण्यासाठी चकमकीचा उपयोग करत, चूल पेटवण्यासाठी लागणारा विस्तू शेजाऱ्याकडून आणला जाई आणि संध्याकाळी दिव्यावर दिवा पेटवूनच घरोघरी काळोख उजळला जाई.

गावात ब्राह्मण जातीची आठ घरं होती, पण त्यांची वेगळी आळी नव्हती. तीन घरं महारवाड्याला लागून होती, आमच्या तीन घरांना रामोसवाड्याचा शेजार होता आणि दोन घरं पार ओढ्याकाठी – मुलाणी, मोमीन, कुंभार आणि कुणबी यांच्या शेजारला होती. आमच्या घरामागं घर असलेले सोनारबाबा, त्यांची बागेसरी पेटवण्यासाठी विस्तू आमच्या घरून घेऊन जात. जातीनं कुणबी असलेली सुंदराबाई आमच्या समईवर आपला लामणदिवा पेटवून तो पदराआड सांभाळत आपल्या घरापर्यंत जाई. गालफुगीनं कोणी मूल आमच्या घरी आजारी असलं की, सखा रामोश्याला बोलावणं जाई. तो अंथरुणावर पाय न ठेवता पोराच्या मानेला मसाज करी आणि

हळुवारपणं त्याच्या मानेची हाडं मोडी. झाडावरून पडून हाताचं हाड मोडलं, तरी ते बसवण्याचं कसब ह्या माणसापाशी होतं. हाडाजवळ माणूस कसा असतो, ह्याची माहिती त्यानं करून घेतली होती.

माझे खेळगडी होते – त्यांत कुणबी, रामोशी, मुलाणी, मोमीन, महार, न्हावी, सुतार यांची मुलं होती. ओढ्यातल्या धारेतले लहान मासे शेवाळाखाली दडलेले असताना, गप्पकन दोन्ही हातांचे पंजे टाकून कसे धरावेत, हे मुसलमानाचा अकबऱ्या आणि अबदुल्याकडून शिकून मी त्यात प्रावीण्य मिळवलं होतं. शिवाय, झाडाच्या ढोलीतली राघूची पिलं कशी काढावीत, रानातल्या जनावराचा माग कसा काढावा, घोरपडीची बिळं कशी उकरावीत आणि गलोलीनं पारवे कसे टिपावेत, गर्द झुडपात लागलेलं मधाचं पोळं माश्या चाववून न घेता कसं काढावं – ही वनविद्या त्यांच्याकडूनच मी शिकलो. गुरं कशी वळावीत, गाजरं-रताळी कशी खांदावीत आणि पिकातलं तण कसं खुरपावं, हे कुणब्याच्या मुलांनी शिकवलं. महारांच्या मुलांबरोबर शेरडं राखण्यासाठी रानात गेल्यावर बोरं, जांभळं, कवठं, कांगुण्या अन् गोंदणी, हा रानमेवा कुठं आणि कोणत्या दिवसांत मिळवता येतो... शेंदण्या, निवडुंगाची बोंडं कशी खावीत आणि रानात येणाऱ्या चिघळ, तांदुळजा, सराटे, कडवंच्या ह्या भाज्या वेचून घरी कशा आणता येतात... पीक निघून गेल्यावर मोकळ्या रानात हरबरा, शेंगा, खपली ह्याचा सरवा कसा वेचता येतो – हे शिकलो. न्हाव्याच्या संकऱ्यानं मला वाळूत कुस्ती खेळायला शिकवलं; पोहायला, झाडावर चढायला शिकवलं. ह्या खेळगड्यांच्या नादानंच उरूस, जत्रा, कुस्त्यांचे फड... कोल्हाटी, गारुडी, दरवेशी यांचे खेळ मी आवडीनं पाहिले.

शेतकामाशी निगडित असे अनेक सण, उत्सव, समारंभ आपल्याकडं आहेत. बैल, गाई, म्हशी, शेळ्या, मेंढ्या यांच्याविषयीची कृतज्ञता व्यक्त करणारा बेंदरासारखा उत्सव आहे; नवं अन्नधान्य आल्यावर प्रवेशद्वारी लोंब्या आणि कणसांचं तोरण लावून साजरा करण्याचा 'नव्याची पुनव' हा उत्सव आहे; फेट्यात नव्या धान्याच्या पात्यांचे तुरे खोवण्याचा सण दसरा आहे; शिवाय पेरणी, काढणी, मळणी, इर्जीक आहे. ह्या सर्वांत खेळगड्यांच्या बरोबर मी रमलो. ज्वारीचा हुरडा, गव्हाचा हुरडा, ओल्या शेंगा, मक्याची कणसं, हरबऱ्याचा हावळा – असे इष्टमित्रांनी एकत्र येऊन साजरे करण्याचे 'चवीचे उत्सव' मी साजरे केले.

माझ्या ह्या खेळगड्यांतले काही गोष्टीवेल्हाळ होते. गावातल्या घडामोडींचा वृत्तांत ते फार रसाळपणानं सांगत. गोंधळ्याच्या किंवा भोरप्याच्या गोष्टीत जसा सुरस आणि चमत्कारिकपणा असतो, तसा त्यांच्या वृत्तान्तात असे. सहजासहजी हाती न लागणारा असा निरागस विनोदही त्यात असे.

बलवडीच्या नदीकडून संध्याकाळी गावाकडं परत येणारा गोंदा एकवार मला

दिसला. त्यानं धोतर खोचलेलं होतं. त्याच्या हातात मळकी पिशवी होती आणि पाठीवर गळदांडी होती. हा नदीला माशासाठी गेला असावा आणि एखादा मरळ मासा किंवा वांब ह्याच्या गळाला लागलेली असावी, असं वाटून मी विचारलं, "काय गोंदा, माशाला गेला होता?"

"होय, जी."

"काय मिळालं?"

तेव्हा हा हसून म्हणाला, "काहीच नाही. आज नदीला एकादस होती!"

आज मला वाटतं की, मी ह्या सर्वांचं देणं लागतो आणि ते अनेक गोष्टींबरोबर शैलीचंही आहे. गुऱ्हाळावर बोलावून रस द्यावा, तशी त्यांनीच मला साधेपणा, निरागसता, जोम ही शैलीची भूषणं दिली आहेत.

आज मला लोक विचारतात, 'लोककलांकडंही तुमचा ओढा दिसतो; तो कसा? केव्हापासूनचा?'

आपण लोक पिंडानं वाचक नाही, श्रोतेच आहोत. 'वेलरेड' ह्या इंग्रजी शब्दाला समानार्थी म्हणून आपण 'बहुश्रुत' हा शब्द वापरतो. आपण घरात आदित्य-राणूबाईच्या कहाण्या ऐकल्या. देवळात हरिकथा ऐकल्या. पटांगणात गोंधळ, जागर, सोंगी, भारूड, भेदिक, तमाशा, ललित ऐकलं. ऐकण्याची आपली ही आवड आणि गरज ध्यानात घेऊन अनेक फिरस्ते, वासुदेव, बाळसंतोष, भराडी, वाघ्ये, काशीकापडे, रामदासी, भोरपी आपल्या दारात येऊन साधुसंतांचे, संतमहात्म्यांचे बोल आपल्याला गाण्याबजावण्यांतून, ठोकेबाण्यांतून ऐकवत आणि ते भक्तिभावानं ऐकून घेऊन आपण त्यांना पसाकुडता धान्य, पिठाची मूठ संतोषानं देत असू.

दुसरं महायुद्ध आलं आणि सामाजिक जीवनात बऱ्याच उलथापालथी झाल्या. मका आणि मिलो हे धान्य रेशनवर मिळू लागलं. लोकसंस्कृतीची प्रसारमाध्यमंच असलेले असे हे फिरस्ते मग मात्र खेड्याकडं दिसेनासे झाले.

गावातल्या शाळेत चवथी पास करून मी तालुक्याच्या इंग्रजी हायस्कूलमध्ये गेलो. औंध संस्थानातलं हे विद्यामंदिर होतं. त्यामुळं तिथं विद्यार्थ्यांना रोज सकाळी 'ओम् ऱ्हाम् ऱ्हीम्,' असा मंत्रघोष करून पंचवीस सूर्यनमस्कार घालावे लागत. तिथून सात मैल अंतरावर दिघंची गावी कार्तिकी जत्रा भरे. ह्या जत्रेत तमाशाचे नामांकित फड येत. चार-पाच दिवस चालणाऱ्या ह्या यात्रेचं मोठंच आकर्षण आम्हाला असे. पण हेडमास्तरांच्या धाकामुळं शाळा न बुडविता जत्रा बघावी लागे. मग संध्याकाळी पाच वाजता शाळा सुटली की, वह्यापुस्तकं शाळेतच ठेवून आम्ही, म्हणजे मी आणि माझा एक वर्गमित्र, पायीच एरा पाव, दोरा चिटी करीत दिघंचीला जात असू. माझे चुलते बिटाकाका तेव्हा दिघंचीला पोलीस हवालदार होते. यात्रेच्या बंदोबस्ताची जबाबदारी त्यांच्याकडं असे. काकांच्या वशिल्यामुळं कोणताही तमाशा

कनातीत आम्हाला अगदी बोर्डाजवळ बाकडं टाकून बघायला मिळे. रात्रभर आम्ही कनातीतल्या गारठ्यात बसून तमाशा बघत असू. पहाटे कोंबडा आरवल्यावर तमाशाच्या बोर्डावर भैरवी सुरू होई. मग काकांच्याच वशिल्यानं हॉटेलातला चहा, गरम भजी खाऊन आम्ही थेट तिथून जे निघत असू; ते पुन्हा परस्पर शाळेच्या विहिरीवर अंघोळी आटपून सात वाजता सूर्यनमस्कारांसाठी मुलांच्या घोळक्यात साळसुदासारखे उभे राहत असू.

कडक शिस्तीचे हेडमास्तर रोज शाळेच्या फाटकात छडी घेऊन उभे राहत. पाच-दहा मिनिटं उशीर झाला, तरी फोकलून काढत. आम्ही ओळीनं पाच दिवस सात-सात मैल जात-येत होतो, जागत होतो; पण त्यांची छडी अशी आम्ही एकदाही खाल्ली नाही!

सहाव्या दिवशी शाळेच्या रोजच्या सभेत हेडमास्तर सर्व मुलांना आणि शिक्षकांना उद्देशून बोलताना म्हणाले, ''आज मी तुम्हाला दोन महापुरुषांची ओळख करून देणार आहे.''

मुलं मागं, बाजूला बघू लागली. मग हेडमास्तरांनी आम्हा दोघांची नावं पुकारून आम्हाला तीनशे मुलांसमोर उभं केलं, आमचा भीमपराक्रम मुलांना विस्तारानं सांगितला आणि म्हणाले, ''एवढे श्रम, एवढी निष्ठा त्यांनी जर अभ्यासाच्या बाबतीत दाखवली असती, तर आज मी त्यांना फुलांचे हार घातले असते.''

हे माझे शिक्षक आज हयात नाहीत. असते, तर त्यांनी निदान शब्दांचा गुच्छ तरी माझ्याकडे नक्कीच पाठविला असता. जे हयात आहेत, त्या मराठीच्या शिक्षकांनी पाठविला आहे.

माझ्याबरोबरचा दुसरा महापुरुष पी. डब्ल्यू. डी.त कारकुनाची नोकरी करून नुकताच निवृत्त झाला आहे.

एकाच परिसरात अनेक व्यक्ती जन्मतात, वाढतात; तरी तो परिसर सर्वांना सारखाच उपयोगी पडत नाही. त्याच परिसरात वाढलेल्या दोन लेखकांनासुद्धा तो सारख्याच पद्धतीनं उपयोगी पडत नाही. प्रतिभा, संवेदनक्षमता आणि अनुभव ह्या तिन्हींच्या रसायनातून साहित्य निर्माण होतं. योग्य क्षेत्र नसेल, तर अनुभवाचं बियाणं अगदी फुकट जातं. निर्मितीचा कोंभ त्याला कधी फुटतच नाही.

मला चित्रकलेतही बरी गती होती. ह्याच शाळेत मला चांगले चित्रकला-शिक्षकही लाभले होते. पण आजूबाजूचं वातावरण चित्रकलेला पोषक नव्हतं. मी ह्या काळात जर उत्तम चित्रकारांची प्रदर्शनं पाहिली असती, शिल्पप्रदर्शनं पाहिली असती; तर माझी वाट शब्दांकडे न जाता रंगरेषांकडंही वळली असती. संस्कृतीच्या देवता (म्युझेस) ह्या बहिणी-बहिणीच आहेत, असं ग्रीक पुराण सांगतं.

ह्या काळात मी वाचन करीत होतो. गडकरी आणि केशवसुत यांचं काव्य

अगदी वेडा होऊन वाचत होतो. कवितांच्या वाचनामुळं मी काव्यलेखनाचा खटाटोपही सुरुवातीला करून पाहिला. त्या मासिकांतून प्रसिद्धही झाल्या, पण त्यामुळं माझं समाधान झालं नाही. हे आपल्याला जमतं, असं वाटलं नाही. ह्याच काळात मी जलरंगातली आणि तैलरंगांतली चित्रंही रंगवीत होतो अन् तेही मला जमत नव्हतं. ढग भरून येत होते, पण बरसत मात्र नव्हते. माझी स्थिती फार चमत्कारिक झाली होती.

– आणि मग, एके दिवशी मी एक कथा लिहिली. तिचं नाव 'काळ्या तोंडाची' असं होतं. एका अभागी कुत्र्यावर ही लिहिलेली होती.

मला पशुपक्षी पाळण्याचा फार नाद होता. मी पोपट पाळून पाहिला, तो मला लाभला नाही. मी गाय पाळून पाहिली, तीही माझ्यापाशी सतत राहिली नाही. फार काय सांगावं – मी काटवनातून पांढऱ्या होल्याचं पंख न फुटलेलं पोरही घरी आणून, त्याला जीव लावून वाढवण्याचा प्रयत्न केला; पण कधी तरी रात्रीच्या अंधारात माझ्या उशाशी अंथरुणात झोपलेलं हे पाखरू, चोरट्या बोक्यानं उचलून नेलं. सांदीला जाऊन खाऊन टाकलं. सकाळी घरभर तपास करताना मला त्याची कोवळी पिसं वाऱ्यावर उडताना दिसली!

मी ज्याची गोष्ट लिहिली, ते कुत्र्याचं पोर मी रस्त्यावरून आणून पाळलं होतं. सुरुवातीला माझ्याप्रमाणं घरातल्या लोकांनीही त्याचे लाड केले. पण पुढं कुणी तरी सांगितलं की, हे अशुभ आहे. त्याचं तोंड काळ्या रंगाचं आहे. सगळं अंग तांबूस, पण मुस्कट तेवढं काळं. ते अपशकुनी आहे. पाळू नका. घरात वाईट गोष्टी घडतील आणि विशेष म्हणजे, तशा गोष्टी घरात लागोपाठ घडल्या. आजारपण, मरण, अपयश अशा गोष्टी घडल्या. ते पोर मी टाकून द्यावं, त्याला दूर कुठं तरी सोडून यावं, असं घरातले सगळे लोक मला वारंवार सांगू लागले. त्या कुत्र्याच्या पोराचे फार हाल होऊ लागले. त्याला माया मिळेना. सगळे हाडहाड करायला लागले. खाण्यापिण्याची आबाळ होऊ लागली. मार मिळायला लागला.

– आणि एके दिवशी आपणहून ते पोर आमचं घर सोडून निघून गेलं.

ह्या कुत्र्याची गोष्ट म्हणजे 'काळ्या तोंडाची' ही गोष्ट. 'अभिरुचि' ह्या त्या काळी फार दर्जेदार म्हणून नावाजलेल्या मासिकात ती प्रसिद्ध झाली. तिची फार वाहवा झाली. मला शाबासकी मिळाली.

आज मला वाटतं की, मला जे सापडत नव्हतं, ते त्या वेळी थोडं-फार माझ्या हाती आलं. माझ्या प्रवासाची दिशा अंधूकपणे मला दिसली.

ह्या आधीच काही वर्षं, वाचन नावाच्या उद्योगात फार आनंद मिळतो, असा मला शोध लागलेला होता. नऊ वर्षांचा होतो, तेव्हा किन्हई नावाच्या गावी वडलांची बदली झाली. तिथं उद्योगधंद्यासाठी काही वर्षं परमुलखी गेलेल्या, कोणा

एका सुसंस्कृत माणसाचं घर आम्ही भाड्यानं घेतलं होतं. ह्या घराला माळा होता. घराला माळा असणं, ही गोष्ट लहान मुलाच्या दृष्टीनं बरी असते. कारण त्याला उंच जाता येतं आणि कोळ्याप्रमाणं स्वत:चं जाळं विणता येतं. ह्या माळ्यावर बंद अशा एका प्रचंड पेटीत काही तरी मौल्यवान वस्तू मालकांनी ठेवल्या होत्या. कारण मोठ्ठं कुलूप तर पेटीला होतंच, पण लोखंडी पट्ट्या मारून ती फारच जाम केलेली होती. मला ह्या पेटीत काय आहे, याचं फार कुतूहल वाटलं. आई-वडलांचा डोळा चुकवून, एके दिवशी बरीच खटपट करून मी त्या पेटीची एक फळी उचकटली, तर तिच्यात वाचनीय अशी पुस्तकं गच्च भरलेली होती. मासिकांचे जुने अंक होते, पंचतंत्राचं मराठी भाषांतर होतं, हरि नारायण आपटे यांच्या कादंबऱ्या होत्या, 'इनामदारांचा बाळू' होता, नाथमाधवांची 'वीरधवल' होती, 'अरबी भाषेतील सुरस आणि चमत्कारिक गोष्टी' होत्या. मला आता नीट आठवत नाही; पण 'हातीमताई', 'ठकसेन राजपुत्राच्या गोष्टी', 'गोविंदाची गोष्ट' हीही पुस्तकं मी त्याच वेळी वाचली असावीत. माळ्याला असलेल्या लहान झरोक्याच्या उजेडात मी अनेक दिवस हे भांडार वाचत होतो.

वाचन नावाची गोष्ट केवढा आनंद देऊ शकते, याची जाणीव तेव्हा मला झाली.

कोणती वनस्पती खावी आणि कोणती खाऊ नये, ही निवड सशाची किंवा हरणाची पोरं आयांकडून शिकतात. माणसाच्या पोरांच्या आया वाचनाच्या बाबतीत एवढ्या तत्पर असलेल्या मी पाहिल्या नाहीत. निवड करून केलेलं वाचनच श्रेयस्कर असतं. उद्योगपतींपेक्षा पुस्तकं जास्ती उदार असतात. देण्याच्या कामी ती हात आखडता असा घेतच नाहीत. पण जी छापली जातात आणि दोन पुठ्ठ्यांमध्ये बांधली जातात, ती सर्वच काही पुस्तकं म्हणायला लायक नसतात. त्यांचा 'अक्षरा'शी संबंधच नसतो. आपल्या अतिशय सुज्ञ काळातही ज्यांची आठवण आपण विसरत नाही, अशी फारच थोडी असतात. बरेच लेखक असे असतात की, जे काजूच्या झाडांची बाग करत आहोत, असा बहाणा करून फेणी गाळण्याचा चोरटा धंदा करतात. दोन घटका रंजन व्हावं किंवा वेळ ढकलला जावा, ह्या हेतूनं पुस्तकं वाचण्याऐवजी आळशाचं वरदान अशी दिवसाची झोप काढलेलीच बरी; नाही का? हलकी पुस्तकं तत्काळ ओळखता येतात; कारण ग्राहकांकडून उठाव व्हावा, म्हणून नाना रंगीत आमिषांनी ती नटवलेली असतात आणि त्याच्या गुणकारीपणाबद्दलही झाडपाल्याच्या औषधाबद्दल वैदू ठोकतात, अशा आरोळ्या जोरजोरानं ठोकल्या जातात.

माझं शिक्षण चालू असतानाच ऑगस्ट बेचाळीसचा संग्राम सुरू झाला. 'करेंगे

या मरेंगे', या निश्चयी घोषणेचे प्रतिध्वनी आठी दिशांना उठले. तरुण मनाला हौतात्म्याचं विलक्षण आकर्षण असतं. मी क्रांतीकारकांची चरित्रं वाचलेली होती. पांडित्यानं भरलेल्या पुस्तकांपेक्षा प्रामाणिकपणे लिहिलेली चरित्रं, आत्मचरित्रं आपल्याला बरंचसं शिकवतात. वयाच्या सुरुवातीच्या प्रहरात वाचलेल्या पुस्तकांमुळं काही वेळा जीवनाचा प्रवाह उंच प्रदेशाकडंसुद्धा वळवला जातो. मी सोळाव्या वर्षी चळवळीत गेलो. गुन्हेगार ठरलो. लपून-छपून हिंडलो. खेड्यापाड्यांतून, वाड्यावस्त्यांवरून बराच भटकलो. आजवर जे पाहिलं होतं, अनुभवलं होतं त्यापेक्षा फार वेगळं, फार दाहक मी पाहिलं. शरीराची आणि मनाची पुष्कळ होलपट सोसली.

चळवळ संपली. शालेय शिक्षण संपलं. हे जीवनाचं ग्रंथालय मात्र माझ्यापुढं सदैव उघडलेलंच राहिलं.

वर्डस्वर्थच्या मोलकरणीनं एकवार पाहुण्यांना सांगितलं होतं – त्याचं ग्रंथालय घरात आहे, पण अभ्यासिका मात्र बाहेरच आहे.

वयाच्या विशी-बाविशीत मी मुंबईसारख्या महानगरात गेलो आणि ज्यांची आजवर केवळ पत्रभेटच झालेली होती, अशा संपादकमित्रांच्या पुढ्यात जाऊन उभा राहिलो. त्यांनी मला निवारा दिला. धीर दिला. माणदेशाचं बरड माळरानच पाहण्याची ज्या डोळ्यांना सवय होती, त्यांना आयुष्यात प्रथमच निळा-निळा अफाट सागर दिसला.

अठ्ठेचाळीस-एकोणपन्नासच्या सुमाराला 'मौज' साप्ताहिकातून मी 'माणदेशी माणसं' ही शब्दचित्रं लिहिली.

मी वाऱ्यावर भरकटलो असतानाच ह्या माणदेशी माणसांचे जन्म झालेले आहेत. धर्मा रामोशी आणि नामामास्तर ही दोन माणसं मी पहिल्यांदा लिहिली. मी हे चांगलं लिहिलं आहे, याची काही जाणीव मला नव्हती. हे लेखन प्रसिद्ध व्हावं आणि मला दहा-पाच रुपये मिळावेत, एवढीच अपेक्षा होती. संपादकांनी ही दोन माणसं वाचली आणि सूचना केली की, अशी आणखी काही लिहा. सुटी-सुटी प्रसिद्ध करण्याऐवजी एकापाठोपाठ एक अशी साप्ताहिकातून आली, तर त्याचा परिणाम होईल. मला अधिक काही सुचत नव्हतं, तेव्हा संपादकांनी आगाऊ जाहिरात करून टाकली आणि एकापाठोपाठ एक अशी दोन माणसं प्रसिद्ध केली. मग मात्र आठवून-आठवून मी दर आठवड्याला एक, असं लिहीत राहिलो. ह्या व्यक्तिचित्रांचा फार गवगवा झाला. मी एकदम प्रकाशात आलो.

गुणवान अशी मोठी पुस्तकं लेखकाला बिलकूल सुगावा लागू न देताच

जन्माला येतात आणि मोठी ठरतात. ती एक अतिशय स्वाभाविक आणि नैसर्गिक घटना असते.

हेन्री डेव्हिड थोरोनं म्हटलं आहे की, 'वेलीला भोपळा लागतो, तसंच माणसाला कवितेचं फळ लागतं.'

'गावाकडच्या गोष्टी'ही मी अशाच लिहिल्या आहेत.

अगदी थोडा काळ मी एका लहानशा गावात प्राथमिक शिक्षक होतो. 'झेल्या' मला तिथंच भेटला. ह्या खेड्यात धनगर समाज होता. माझ्या खेड्याशेजारीही एक केवळ धनगरांचीच वाडी होती. तिथं माझा थोरला भाऊ शिक्षक होता. मी हायस्कूलमध्ये शिकत असताना ह्या भावाकडं दशम्या पोहोचवायला अनेक वेळा पायी सात मैल गेलो-आलो आहे. पुष्कळदा त्याच्या लहानशा खोलीत मी मुक्कामही करत असे.

पुढं दहा वर्षांनी पुण्यात स्थायिक झाल्यावर मी 'बनगरवाडी' लिहिली. अर्धी लिहून थांबलो. आपण नेमक्या वाटेनं चाललो आहोत ना, ही शंका वारंवार मनात येई.

संपादकमित्राला ही अर्धी पानं जेव्हा दाखविली, तेव्हा तो म्हणाला, ''अरे, 'कादंबरी... कादंबरी' म्हणतात, ती अशीच असते. तू असाच पुढं जा कसा!''

''मला पुढचं सुचत नाही.''

''आपोआप सुचेल. तुझ्या मनात ते आहेच. लिहू लागलास की, येईल.''

माझी पहिली कादंबरी ही अशा पद्धतीनं पूर्ण झाली. तिला तत्काळ यशही मिळालं. इंग्रजीत भाषांतरित झालेली ही कादंबरी आता समाजशास्त्राच्या विद्यार्थ्यांसाठी विशेष वाचन म्हणून जी ग्रंथांची यादी आहे, तिच्यात जाऊन बसली आहे.

प्रत्यक्ष जीवन जगत असताना त्या-त्या समाजाच्या संदर्भात सामाजिक प्रश्न, संघर्ष अटळ असतात. कलावंत त्याला साक्षी असतोच. त्यापासून तो बाजूला राहू शकत नाही. पण तो कोणतेही झेंडे खांद्यावर घेत नाही. तशी जरुरी नसते.

'बनगरवाडी'नंतर जी वाट मी शोधत होतो, ती मला अगदी स्वच्छ दिसली.

ह्या वाटेवरून चालतानाही काही चकवे पडले. चुकून भलत्याच गावी पोहोचतो की काय, अशी शंका आली; पण डोळ्यांवर भरवसा न ठेवता माझ्या पायांनीच वाटेची ओळख सुटू दिली नाही.

मुंबईला येताच मला काही उत्तम लेखकमित्र मिळाले. जरो जाणते संपादक मिळाले, तसेच जाणते लेखकमित्रही मिळाले. लेखकमित्रानं मला सांगितलं, ''तू इंग्रजी साहित्य वाच. तुला जवळचे वाटतील, असे लेखक आहेत. 'लियाम ओ फ्लॅहर्टी', 'जॉन स्टाइनबेक', 'गॉर्की', 'मोपासां', 'काल्डवेल'.''

हे मी प्रयत्नपूर्वक वाचत गेलो. साहित्य हा एक मोठा धोधाट प्रवाह आहे, याची मला जाणीव झाली होतीच. मुंबईला मी जेव्हा इंग्रजी वाचू लागलो, तेव्हा साहित्य हा विशाल सागर आहे, याची जाणीव मला झाली.

लेखकाला वाचन हे पोषणद्रव्यच आहे. पण मुळात प्रतिभा नसली, तर मात्र पुतळ्याला पोषणद्रव्यं चारून तो जसा सजीव होत नाही, तसा वाचकही साहित्यिक होणार नाही. अशा ह्या लिखित अक्षरांच्या पलीकडंही साहित्यिकाला एक वाचन करायचं असतं, ते मानवी समूहाचं. मी मानव आहे आणि जे-जे मानवी आहे, ते-ते मला परकं नाही. एवढंच नव्हे, तर जे-जे चैतन्ययुक्त आहे, तेही मला परकं नाही – या भावनेनं हे विशाल वाचन जर त्याला करता आलं, त्याबद्दल आपल्या साहित्यातून रसिकांना सांगता आलं; तर तो लहानसहान भेदांपलीकडं जातो. आद्य क्रांतिकारक कवी केशवसुतांना अभिप्रेत असलेला 'प्रदेश साकल्याचा' त्याच्या कवेत येतो.

अलीकडं मी निसर्गाकडं, वन्य प्राणिजीवनाकडं का ओढला गेलो आहे? खरं तर माझी ही ओढ जुनीच आहे. माणसाला निसर्गापासून वेगळं असं मला कधी पाहताच आलेलं नाही. अवखळ वयात, खेळगड्यांच्या नादानं मी शिकार करत होतो. आज तो कालबाह्य खेळ झाला आहे. पण संस्कृतीच्या सुरुवातीच्या काळातले मानव बलाढ्य शिकारीच होते. ज्या तरुण मुलाच्या हातात कधी गळदांडी किंवा बंदूक पडली नाही... ज्यानं नदीतळी, डोंगरजंगल धुंडाळली नाहीत; त्याच्या शिक्षणात काही अपुरेपणा राहतोच. शिकारी पोरगा वयानं तसा बुद्धीनं वाढला की, गळदांडी आणि बंदूक टाकून देऊन वेगळ्याच कारणानं जलाशयाकडं किंवा जंगलाकडं जातो. नित्याच्या नातेवाइकांपेक्षा वेगळे नातेवाईक त्याला तिथं मिळवायचे असतात.

केवढा तरी संपन्न निसर्ग, रानंवनं, वन्य प्राणी, पक्षी अजून आपल्या देशात सुदैवानं दिसतात. साहित्यिकांनी आपला मोहरा अद्याप तिकडं वळवलेलाच नाही. राजहंसाचा कलध्वनी आणि सारस पक्ष्याच्या आर्त हाका त्याच्या कानांवर अजून पडल्याच नाहीत. कृष्णसार मृगाच्या कळपाची उड्डाणं पाहून त्यांच्या काळजाचा ठोका अजून कधी चुकलाच नाही!

सामाजिक बांधिलकीची अपेक्षा साहित्यिकाकडून केली जाते. हा समाज कोणता? स्वातंत्र्य, भूक, शिक्षण, निवारा, संरक्षण, प्रेम ह्या सर्व मानवी गरजांच्या पातळीवर एकत्र मोजता येतो; तो. भाषा, प्रदेश, धर्म, जात, पोटजात ह्या गोष्टीमुळं कृत्रिम भेद निर्माण होतात. हा भेद मानला नाही; तर सगळीकडं पसरलेला, आदि-अंत नसलेला निसर्ग जसा आपल्याला एकच वाटतो, तसा समाजही वाटतो. 'Art is one man's gift to humanity' असं आनातोल फ्रांस म्हणतो, तेव्हा त्याला कोणता समाज अभिप्रेत असतो?

साहित्यानं कोणतं कार्य करावं, ह्याविषयी अनेक अपेक्षा व्यक्त केल्या जातात. बाजाच्या पेटीतून आपल्याला सूर हवे असतात आणि ह्याच पेटीचा मूल्यवान वस्तू ठेवण्यासाठी उपयोगही करावासा वाटतो. अशी अपेक्षा का केली जाते? तिचं कारण कोणतं?

भाषा हे साहित्याचं माध्यम आहे आणि ती सामाजिक विनिमयाचं साधनही आहे. म्हणून सामाजिक बांधिलकीचं टुमणं साहित्याच्या मागं लागतं. मी जेव्हा वानराचं चित्रं काढतो, तेव्हा ते मराठी वानराचं चित्र नसतं; पण ज्या क्षणी मी 'वानर' हा शब्द उच्चारतो किंवा लिहितो, त्या क्षणी ते वानर मराठी बनतं. भाषा हे ज्या कलेचं माध्यम नसतं, त्या कलेकडून सामाजिक बांधिलकीची अशी अपेक्षा केली जात नाही. चित्रकाराकडून, शिल्पकाराकडून, गायकाकडून ही अपेक्षा कोणी करत नाही; साहित्यिकाकडून मात्र करतात, कारण तो भाषा वापरतो. 'साहित्य' ही अखिल मानवमात्रासाठी निर्माण होणारी कलाकृती आहे, असं आपण लक्षात घेतलं, म्हणजे त्याच्याकडून बांधिलकीची अपेक्षा आपण करणार नाही. हे बंधन आपण साहित्यिकावर घालणार नाही. त्यांचं स्वातंत्र्य मान्य करू, कारण स्वातंत्र्य हा साहित्यिकाचा जन्मसिद्ध हक्क आहे.

हेतुपूर्वक काही सामाजिक कार्य करणं, विशिष्ट मानवसमूहाचे प्रश्न वेशीवर टांगणं, चळवळ करणं, मोर्चे काढणं – हे कार्य कार्यकर्ते करतात. साहित्यिक हा कार्यकर्ता नसतो. बांधिलकी कार्यकर्त्याला असते; साहित्यिकाला नसते. ही गोष्ट अधिक स्पष्ट करण्यासाठी आपण दोन त्रिकोण मांडू.

पहिला त्रिकोण म्हणजे : साहित्य, साहित्यिक व रसिक.

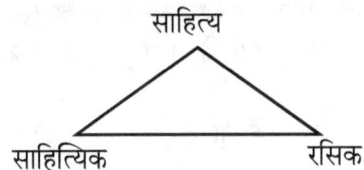

दुसरा त्रिकोण म्हणजे : प्रचार, लेखक व वाचक

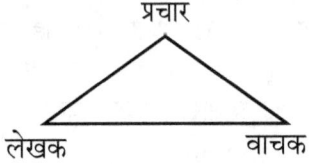

हे दोन्ही त्रिकोण सर्वकाळ असतात. त्यावरून आपल्याला असं म्हणता येतं की –

सर्व लेखन म्हणजे साहित्य नव्हे.

सर्व वाचक म्हणजे रसिक नव्हेत.

सर्व लेखक म्हणजे साहित्यिक नव्हेत.

मग साहित्य म्हणजे काय?

तर, त्याची व्याख्या करता येत नाही; स्वरूप स्पष्ट करता येतं.

इमर्सननं सांगितलं आहे की –

'आजपर्यंत इंग्लिशमधलं श्रेष्ठ साहित्य एक जण लिहू शकेल, एवढंच आहे.'

याचं तात्पर्य एवढंच की, श्रेष्ठ साहित्याची निर्मिती दुर्मिळपणे होते.

सामाजिक बांधिलकी नाही, मग साहित्याचं प्रयोजन काय?

निसर्गात उमलणाऱ्या फुलाचं असतं, तेच. आपण गुलकंद करावा, म्हणून काही गुलाब फुलत नाही. प्रयोजन ही सामाजिक गरज आहे. तुम्ही ते उपयुक्ततेच्या दृष्टीनं साहित्याला चिकटवू शकता. परवा राजस्थानच्या थर वाळवंटातून भटकत असताना नेपतीच्या एकाकी झुडपाच्या बुडाशी वाळू फोडून वर उसळलेला पिवळारंजन फुलांचा एक गेंद मी पाहिला. आजूबाजूच्या वैराण भूमीला तो भूषणच झाला होता. जानेवारी महिन्यातला हा वसंतोत्सव पाहून मी हर्षभरित झालो!

याचं प्रयोजन काय, हा प्रश्न माझ्या मनात आला नाही. प्रत्येक कहाणीला काही ना काही तात्पर्य असतंच. पण निरागस माणूस कहाणी ऐकूनच आनंदतो; तत्काळ तात्पर्याच्या शोधाला लागत नाही.

आता एखादा वनस्पतिशास्त्रज्ञ 'हा फुलांचा गेंद म्हणजे रूट पॅरासाईट आहे, त्याचं लॅटिन नाव अमुक-तमुक आहे. वनस्पतिशास्त्रानुसार त्याचं प्रयोजन अमुक-तमुक आहे,' असं मला सांगेलही. पण त्यामुळं माझा आनंद द्विगुणित होईलच, असं मात्र नाही!

एवढी दुर्मीळ, एवढी स्वाभाविक निर्मिती असणारं साहित्य नाही लिहिलं गेलं; तर काही नुकसान आहे का?

अखेर साहित्य हीही एक सवय आहे, आणि चांगल्या सवयी ह्या माणसाला झाकणारी वस्त्रं असतात. त्या नसल्या, तर माणूस उघडा पडेल.

– आणि, कोणे एके काळी माणूस उघडावाघडा हिंडत होताच की!

खेड्यातली एखादी कष्टाळू बाई जेव्हा पहाटे जात्यावर बसून ओव्या गाते, तेव्हा बहिणाबाई चौधरी यांच्या कवितेसारखी श्रेष्ठ कविता पिठाबरोबरच बाहेर पडते. ती धवल असते आणि कसदारही असते.

तेव्हा आपण प्रयोजनाचा, उपयुक्ततेचा आग्रह धरू नये. राजकारण आणि समाजकारण यांचं प्रचंड वर्चस्व आलं की, साहित्यात वेठबिगारपद्धती सुरू होते. सर्व कलांनी एका जुवाखाली माना द्याव्यात अशा कविता लिहाव्यात, कादंबरीचा नायक तसा असावा – फार काय, शिल्पं आणि चित्रंसुद्धा ह्या-ह्या पद्धतीचीच काढली जावीत, अशी सक्ती होते.

मग साधन म्हणून साहित्याचा अगदी निर्वाणीच्या वेळीही उपयोग करू नये काय?

करावा.

अशाही साहित्याला साहित्यसृष्टीत स्थान असतंच. पण कुसुमाग्रजांची 'गर्जा जयजयकार' ही कविता आणि मेळ्यातलं प्रचारगीत एक नव्हे.

आजचे संघर्ष आणि प्रश्न काही काळांनी संपून जातात. त्यांना धार यावी, म्हणून वापरलेली साधनंही बाजूला पडतात आणि विसरली जातात.

साहित्याचं वर्गीकरण करण्याची आपली जी पद्धत आहे. तीही सामाजिक वर्णपर अशीच आहे. ग्रामीण, दलित, मध्यमवर्गीय वगैरे. पण साहित्याचं वर्गीकरण हे आविष्काराच्या दृष्टीनं होऊ शकतं. साहित्याची जसजशी उत्क्रांती होते, तीनुसार हे वर्गीकरण असतं.

१. नियमानुसारी २. अद्‌भुतरम्य ३. वास्तववादी ४. अस्तित्ववादी
५. मानसवादी ६. अतिवास्तववादी.

अशा तऱ्हेचं वर्गीकरण इतर ठिकाणी होताना आपण पाहतो. असं वर्गीकरण हे इतिहासाला साक्षी ठेवून केलेलं असतं. सर्व साहित्य एकच आहे, असं मानून केलेलं असतं. त्याला देशाच्या, प्रदेशाच्या, भाषेच्या मर्यादा पडत नाहीत. स्पेनमधल्या लोपेझच्या किंवा आयर्लंडमधल्या फ्लॅहर्टीच्या कथेचा आस्वाद घेता येतो. ह्यात मी, माझे बांधव, माझा प्रदेश कुठंच नाही; म्हणून मला काही घेणं नाही, असं वाटत नाही.

एकीकडं आपण जातपात नसलेला, सर्व धर्मांना सामावून घेणारा आदर्श समाज निर्माण व्हावा, अशी स्वप्नं पाहतो आणि त्याच वेळी साहित्यात मात्र जातिभेद तीव्र करू पाहतो – हे बरोबर आहे का?

आपल्याकडे बोधवाद, अद्‌भुतरम्यवाद, वास्तववाद अशी उत्क्रांती दिसते. अलीकडे वास्तववादाचा बराच विस्तार झालेला आहे. त्याला आपण ग्रामीण साहित्य, दलित साहित्य अशी नावं देतो. तो वास्तववादाचाच मोकळाढाकळा, प्रामाणिक असा आविष्कार आहे. ज्या कृतीच्या अंगी स्वाभाविक गुणधर्म असतात, तिला ती ठसठशीतपणे नजरेत भरावी, अशी एक योग्य पार्श्वभूमी लाभते. अफाट

क्षितिजाच्या पार्श्वभूमीवर एखादी टेकडी किंवा माळरानात एखादा महावृक्ष जसा स्पष्ट दिसतो, तसं उत्तम साहित्यही दिसतंच; ते दाखवावं लागत नाही.

असो!

जीवनाप्रमाणं साहित्यावरही माझं प्रेम आहे. मला जगायला आवडतं, तितकं लिहायलाही आवडतं. दाखवण्याजोगे एवढेच उदात्त गुण माझ्यापाशी आहेत. साहित्यनिर्मितीपेक्षा साहित्यावर चर्चा करणं, हे काम मला अधिक शीण आणतं. काही गुणी साहित्यिक असे असतात की, जे दोन्ही हातांत सुया घेऊन विणू शकतात. त्यांना ते सहज जमतं. मला त्यांच्याविषयी फारच आदर वाटतो.

आतापर्यंत मी थोडं आत्मनिवेदन केलं, थोडं प्रकट चिंतन केलं. त्यातून साहित्यिक म्हणून माझा प्रवास कसा झाला आणि साहित्याकडं मी कोणत्या दृष्टिकोनातून पाहतो, हे तुम्हाला समजलं असेल. आता, मी तुमच्याशी – म्हणजे श्रवणभक्तीनं जमलेल्या इथल्या बहुसंख्य साहित्यप्रेमिकांशी – थोडं हितगुज करतो, कारण तुम्हीच माझे खरे श्रोते आहात. ह्या शब्दांच्या उत्सवाचा आनंद लुटावा, म्हणून मोठ्या प्रयासासायासानं तुम्ही इथं जमलेले आहात. तुम्ही तृप्त झाला नाहीत, तर माझं कर्तव्य मी तितकंसं बरोबर पार पाडलं नाही, अशी रुखरुख माझ्या मनात राहून जाईल.

साहित्यावर प्रेम करणाऱ्या अशा एक मित्रानं मला कळवलं आहे की, अलीकडं सुमार पुस्तकांची निर्मिती फार प्रचंड प्रमाणात होते आहे. ही चिंतेची गोष्ट आहे; तिला आळा बसला पाहिजे, हे खरं आहे. पण हा आळा घालणं वाचकांवर अवलंबून असतं. शहामृगाला त्याचा रोजचा आहार जरी पोटभर दिला, तरी नंतरसुद्धा तो जे जे पुढ्यात येईल, ते-ते खाऊन फस्त करतो. पचवूनही टाकतो; तसं आपलं वाचन असू नये. सकाळच्या प्रहरी बचकेएवढ्या तांबड्याभडक फुलांनी लहडून गेलेल्या शाल्मली वृक्षावर गर्दी करणारी पाखरं, फुलांच्या पेल्यातला अमृतमधुर रसच ज्याप्रमाणं गात-गात पितात; तसं ते असावं. आपलं रोजचं वाचन वर्तमानपत्राच्या कॉलमच्या उंचीपलीकडचं असावं. नक्षत्रं जशी ढगांच्या पलीकडे असतात, तसा आशय हा शब्दांच्या पलीकडे असतो. अशी निवड करून उत्तम तेवढंच वाचण्याचं धोरण तुम्ही ठेवाल, तर सुमार पुस्तकं वाण्याच्या दुकानात पुड्या बांधण्याच्या उपयोगाची ठरतील आणि एवढ्याच कामासाठी उपयोग होतो आहे, हे ध्यानी येताच त्यांच्या निपजेला आपोआप आळा बसेल.

मला माहीत आहे की, चार-दोन मोठी शहरं सोडली, तर चांगल्या पुस्तकांचे जेथे फार दूरवरचा प्रवास करत नाहीत. तालुक्याच्या गावापर्यंत तर ती क्वचितच पोहोचतात. पोहोचलीच, तर त्यांना उतरायला जागा मिळते, ती एवढ्याशा वाचनालयात.

पुस्तकांचं दुकान तिथं असतंच, असं नाही. शासनाच्या योजनेमुळं ग्रंथालयांचा विस्तार होतो आहे, ही आनंदाची गोष्ट आहे; पण तो आता जास्ती त्वरेनं झाला पाहिजे. खेडोपाडी पिण्याच्या व्यवस्था झाली पाहिजे, तशीच तहानेल्या वाचकांना पुस्तकंही मिळायला नकोत का? बडोदा संस्थानात सयाजीराव महाराजांनी पाऊणशे वर्षांपूर्वी फिरतं वाचनालय सुरू केलं होतं. रुग्णालयातल्या कोणा रुग्णानं जरी पत्र पाठवून वाचण्यासाठी पुस्तकं मागितली, तरी लहानशा बंद पेटीतून आठ-दहा पुस्तकं पोस्टानं त्याच्याकडं जातं. ती त्यानं वाचावीत आणि पुन्हा पेटीत बंद करून सरकारी खर्चानं वाचनालयाकडं परत पाठवावीत, अशी व्यवस्था होती. एका संस्थानानं राबवलेली ही योजना, शासनाला राबवणं जड जाऊ नये.

कोणती पुस्तकं वाचनीय आहेत, महाराष्ट्रात कुठं काय प्रसिद्ध झालं आहे, हे समजण्यासाठी काही साधनंही सहज उपलब्ध नाहीत. 'टाइम्स लिटररी सप्लिमेंट'प्रमाणं एखादं मासिक पुस्तक साहित्य संस्कृती मंडळाला चालवता येईल काय? मराठी किंवा दुर्मीळ इंग्रजी पुस्तकंही कुठं, कुणाकडं मिळतात, यासंबंधीच्या जाहिरातीही ह्या नियतकालिकात देता येतील. नॅशनल बुक ट्रस्टच्यावतीनं पुण्यात भरलेल्या पुस्तकप्रदर्शनात जुन्या दुर्मीळ पुस्तकांच्या दुकानावर जास्त गर्दी होत होती. राल्फ थॉमसन, ला फाँतेन, ला रोशफुको, बर्टन ह्या लेखकांसंबंधी मी जेव्हा-जेव्हा लिहिलं; तेव्हा वाचकांकडून मला विचारणा झाली, ही पुस्तकं आम्हाला कुठं मिळतील? प्राणिजीवनावरील पुस्तकांसंबंधी अनेक वाचकांकडून ही अधीर विचारणा नेहमी होत असते. तेव्हा सर्वत्र पसरलेल्या वाचकांना मित्र अशा ह्या नियतकालिकाची फार आवश्यकता आहे, असं मला वाटतं.

भारतीय भाषांतल्या आणि बाहेरच्या उत्तमोत्तम ग्रंथांची वाचनीय भाषांतरं आपल्याला सहज मिळत नाहीत. कन्नड, तेलुगू, आसामी, बंगाली अशा इतर भाषांतलं ताजं उत्तम साहित्य वाचायला उत्सुक असतो; पण त्याची चांगली भाषांतरं चांगल्या पुस्तकांच्या दुकानातूनसुद्धा सहज नजरेला पडल्याचं मला आठवत नाही. आपल्या भाषेतलं किती साहित्य परभाषेत जातं, ह्यापेक्षाही इतर भाषांतून किती मौलिक साहित्य आम्ही आपल्या भाषेत आणतो, यावरच आपण आपली वाङ्मयीन श्रीमंती मोजावी.

उत्तम साहित्य आपल्या घरापर्यंत आणून सोडणारे संस्कृतीचे वाहते पाटच अशी प्रसारमाध्यमं म्हणजे आकाशवाणी आणि दूरदर्शन. यांच्यामुळं साहित्यिक, वक्ता, नट, गायक तुमच्या घरीच तुम्हाला भेटू शकतो. अभिजात अशा साहित्याचं वाचन फार प्रभावीपणे आकाशवाणीवरून करता येईल. 'चिंतन'सारख्या पाच मिनिटांच्या कार्यक्रमाला केवढा प्रतिसाद श्रोत्यांकडून मिळतो, हे मी अनुभवलं आहे.

"हा उत्तम कार्यक्रम केवळ पाचच मिनिटं का करता? तो वाढवा आणि पंधरा मिनिटांचा करा. तसं का करत नाही?" असं एका श्रोत्यानं मला फोनवरून विचारलं.

मी म्हणालो, "अहो, होमिओपॅथीची गोळी बेसनाच्या लाडवाएवढी करा, अशीच ही मागणी नाही का?"

ह्यावर उत्तर म्हणून पसंतीचं मोठं हसूच मला ऐकू आलं!

डिक्सनच्या कादंबरीचं – निकलस निकलबीचं – अतिशय प्रभावी असं दृश्य रूपांतर बी.बी.सी वरून आलेलं आपण पाहिलं. आपल्या उत्तमोत्तम कादंबऱ्या लाखो प्रेक्षकांपर्यंत अशा पोहोचवता येणार नाहीत काय?

ऑस्ट्रेलियात जाऊन मी लहान-लहान गावी असलेल्या आकाशवाणी केंद्रांचं कामकाज पाहिलं. त्याला आज पंचवीस वर्षं होऊन गेली, पण तशी काही सुरुवात आपल्याकडं अद्याप झालेली नाही. जिल्हा वर्तमानपत्र असतं, तशी ही लहान-लहान केंद्रं असतात आणि त्या-त्या प्रदेशाचं रंग-रूप त्यांना लाभलेलं असतं. ह्या आपल्या केंद्रावर लोकांचं किती तरी प्रेम असतं. एखादे दिवशी वर्तमानपत्र वाचलं नाही, तर आपल्याला आपण निरक्षर आहोत, असं जसं वाटतं; तसं त्यांना केंद्राचा सकाळचा कार्यक्रम ऐकला नाही, तर वाटतं. एखाद्या कोळ्यानं मोठा मासा पकडला, तरी त्याची मुलाखत आजूबाजूच्या लोकांना तत्काळ ऐकायला मिळते. कोणी बाहेरचा विशेष पाहुणा आला की, त्याचं बोलणं ऐकायला मिळतं. रोजची हवा, बाजारभाव, नदीच्या पाण्याचे चढ-उतार, महत्त्वाच्या घडामोडी याबरोबरच शेती करणाऱ्यांना हे केंद्र केवढी तरी मदत करत असतं. त्यांची प्रतिज्ञाच आहे की, 'शेतात काम करणाऱ्या प्रत्येकाच्या आम्ही उपयोगी पडू.'

दूरदर्शन केंद्रसुद्धा लोकांना उपयोगी पडण्यासाठी किती परीनं झटत असतं. तीन मिनिटांचा एक कार्यक्रम असतो – 'मार्केट टु मार्केट.' रंगीत कार्यक्रम. फळांनी, भाज्यांनी भरलेलं शेल्फ आणि एक माणूस माहिती सांगत असतो. ह्या आठवड्याला कोणत्या उत्तम भाज्या आणि कोणती उत्तम फळं मंडईला आली आहेत, त्यांच्या किमती काय आहेत, त्याची किंमत लिहिलेलं निशाण तो फळावर टोचतो, एखादा लाल टोमॅटो चिरून दाखवतो. हा कार्यक्रम पाहण्यासाठी बायका वही-पेन्सिल घेऊन बसतात. बॉब लोगननं सांगितलेली निवड उत्तमच असणार, हा विश्वास त्यांना असतो.

वाङ्मयीन संस्कृतीबाबतही आपल्या आकाशवाणीला आणि आपल्या दूरदर्शन केंद्राला अशी तत्परता नाही का दाखवता येणार? आता नवं कॅसेटचं युग आलं आहे, व्हिडिओ टेपचंही येऊ घातलं आहे. उत्तम साहित्याचा प्रसार करण्याचं केवढं तरी काम या माध्यमामुळं होईल.

मला माहीत आहे की, पुस्तकांच्या किमती आपल्या आवाक्यापलीकडं गेल्या आहेत. केरळप्रमाणे सहकारी संस्था हा त्यावर उपाय आहे. साहित्य संस्कृती मंडळाला ह्या बाबतीतही काही योजना आखून पार पाडता येतील. आज मंडळ अनुदान देऊन नव्या लेखकांची पुस्तकं प्रसिद्ध करायला मदत करतं. प्रसिद्ध होणाऱ्या पुस्तकांची संख्या त्यामुळं वाढलेली दिसते आहेच; दर्जेदार लेखन मात्र वाढल्याचं दिसत नाही.

माझे एक मित्र आहेत. पती-पत्नी दोघंही नोकरी करतात. दोघंही सांस्कृतिक म्हणावं, अशा खात्यातच काम करतात. ह्यांनी बहुतेक सगळे सिनेमे आणि नाटकं बघितलेली असतात.

'हे तुम्हाला कसं काय जमतं?'

असं विचारल्यावर ते म्हणाले, "आमच्या मासिक बजेटात आम्ही ही तरतूदच केली आहे. गाजलेला सिनेमा बघायचाच. गाजलेलं नाटक बघायचंच."

"गाजलेली पुस्तकंही विकत घेऊन वाचता का? त्यासाठी काही बजेट?" असं विचारल्यावर मात्र हे गप्प झाले. म्हणाले, "पुस्तकं लायब्ररीतनं आणून वाचतो, नाहीतर तुमच्यासारख्याकडनं उसनी घेतो. विकत घेऊन वाचणं काही परवडत नाही."

फ्रान्समधल्या ग्रनोब्ल ह्या लहान गावात मी काही आठवडे राहिलो होतो. दहा-बारा घरी निमंत्रणावरून गेलो. ज्या-ज्या घरी गेलो, त्या-त्या घरी लहानसं ग्रंथालय होतं. कोणा तरी मोठ्या लेखकाच्या पुस्तकांचा सगळा सेट होता. कुठं आनातोल फ्रांस, कुठं बाल्झाक, कुठं झोला. ला रूस ह्या महाकोशाचे खंड होते आणि कोणा तरी आवडत्या अभिजात चित्रकाराचं मोठ्ठं चित्र होतं. रेनाँ, लोत्रेक, रेंब्रां.

घरातली मुलं गोळा व्हायची. विचारायची, "तुमचा देश कोणता?"

"भारत."

"गाव?"

"मुंबईजवळचं पुणं."

लगेच घरात असलेला जगाचा ॲटलास आणून ती भारत शोधून काढत. मुंबईजवळचं पुणं शोधून काढत.

आपण मला सांगा, आपल्या किती चांगल्या सुस्थितीतल्या घरांत एखाद्या भारतीय किंवा मराठी लेखकाच्या पुस्तकांचा समग्र संग्रह आढळतो? किती घरांत 'संस्कृतिकोश'सारखा कोश किंवा 'शब्दरत्नाकर' असतो? कोणत्या चित्रकाराचं चित्र लावलेलं असतं? आणि परदेशी पाहुणा घरी आलाच, तर आपली मुलं कधी जगाचा ॲटलास पाहतात का?

मग महाराष्ट्रात मोठे साहित्यिक, मोठे चित्रकार, मोठे शिल्पकार कसे निर्माण होणार?

हेही लाज बाळगावी, असंच आपलं दारिद्र्य नाही का?

माणसाला केवळ अन्न-वस्त्र-निवारा पुरा होत नाही. गुहेत राहत होता, तेव्हाही त्यानं गुहांच्या भिंती चित्रांनी भरून टाकल्या नव्हत्या का? तुमच्या-आमच्या तुलनेनं अधिक गरिबीत राहणारे आदिवासी बघा. झोपडीच्या सारवलेल्या भिंतीवर कशा वेलबुट्ट्या उठवतात, कशी पशुपक्ष्यांची चित्रं रेखाटतात आणि ढोलाच्या तालावर कसे धुंद होऊन नाचतात!

आत्म्याची गरज भागवण्यासाठी धनाचा उपयोग झाल्याचं कोणी ऐकलं आहे का?

आम्ही धनानं गरीब असू, पण संस्कारांनी तरी श्रीमंत राहू!

मेंझा द क्यूल्त्यूर नावाची संस्था ह्याच ग्रनोब्ल गावी मी पाहिली. स्तांदाल या श्रेष्ठ कादंबरीकाराचं स्मारक म्हणून ह्या संस्कृतिकेंद्राच्या रचनेत काळा आणि तांबडा असे दोनच रंग प्रामुख्यानं वापरले होते. का, तर स्तांदालच्या सर्वश्रेष्ठ कादंबरीचं नाव आहे – 'द रेड अँड द ब्लॅक.' केवळ दहा-बारा फ्रँक्स एवढी मासिक वर्गणी भरून कोणालाही ह्या संस्थेचं सभासद होता येई. ह्या प्रचंड संस्कृतिकेंद्राच्या इमारतीत प्रायोगिक रंगभूमीसाठी एक सुसज्ज थिएटर होतं; आर्ट पिक्चर्स दाखवण्यासाठी एक सिनेमा थिएटर होतं; नव्या चित्रकारांना आपली चित्रप्रदर्शनं मांडता यावीत, म्हणून आर्ट गॅलरी होती; उत्तम असं ध्वनिमुद्रित संगीत ऐकण्यासाठी एकट्याला बसून ऐकता यावं, असे बूथ्स होते. लहान मुलांसाठी सुंदर असं ग्रंथालय होतं, नाना रंगांतले आणि आकारांतले फोमचे तुकडे जमिनीवर टाकले होते आणि गोल-गोल दिव्यांच्या शेड्स अगदी खाली आणून सोडल्या होत्या. का? तर मुलांनी लोळत, तंगड्या उडवत, कसंही पडून वाचावं! एक जागा प्रदर्शनासाठी होती. तिथं कोणीही आपल्या कल्पनेप्रमाणं प्रदर्शन भरवावं. इथल्या चित्रप्रदर्शनातलं आवडलेलं चित्र माफक भाड्यानं घरी नेऊन महिने लावता येई आणि पुन्हा परत करून दुसरं नेता येई.

हवेतच इमले बांधायचे, तर आपण ह्या संस्कृतिकेंद्रासारखे का बरं बांधू नयेत? आणि त्याखाली कृतीचं जोतं घालू या, म्हणून तत्काळ दगड घडायला का लागू नये?

माझ्यासमोरच्या श्रोत्यांत काही असे वाचक असतील की, जे संभाव्य लेखक असतील किंवा काही कोवळे कोंभ असे असतील की, त्यांच्यांत महावृक्षाचं आश्वासन असेल. त्यांना मी हेच सांगेन की, अनुभवाशी प्रामाणिक राहा आणि स्वत:चीच अभिरुची साक्षी ठेवून लिहा. कुठलीही मळलेली वाट धरू नका. तुमची

वाट तुमच्याच पायांना पाडू द्या. ही भूमी एवढी विशाल आहे की, नव्या वाटेसाठी तिच्यावर नित्य जागा असतेच. कोणासारखे होण्यासाठी खपू नका; स्वत:ला ओळखण्यासाठीच खपा. प्रतिभावंतांची एकच प्रत निसर्ग काढतो आणि तो साचा मोडून टाकतो. एक झाड दुसऱ्या झाडासारखं नसतं. एक कलावंत दुसऱ्या कलावंतासारखा नसतो. यशस्वी होण्याची घाई करू नका. अटीतटीच्या खटपटी करू नका. अनुकूल मोसम येताच वेलीला फळ धरतं. मोसम प्रत्येकाच्या बाबतीत जवळचा किंवा दूरचा असू शकतो. खासगी वा सरकारी पारितोषिकांना फार महत्त्व देऊ नका. रसिकांनी दिलेली दाद हे फारच मोठं पारितोषिक असतं. समीक्षकाच्या मतामुळं खट्टू होऊ नका. ते त्याचं एकट्याचं मत असतं आणि अखेर तोही एक वाचकच असतो.

तुम्हाला 'शिल्पकार आणि त्याचा पुतळा' ही बोधकथा माहीत आहे का?

एका नव्या शिल्पकारानं पुष्कळं वर्षं खपून संगमरवरी पुतळा तयार केला – सुंदर पुतळा – आणि शिल्पकलेचे जे मर्मज्ञ होते, त्यांना पाहायला एका दालनात ठेवला. फलकावर सूचना लिहिली, 'जिथं काही उणं वाटेल, तिथं पेन्सिलीनं खूण करा.'

जवळ पेन्सिलीही ठेवल्या होत्या.

दिवसभर रीघ लागली. बरेच प्रेक्षक बघून गेले.

दालन बंद करायच्या वेळी शिल्पकारानं उत्सुकतेनं पुतळा पाहिला, तो काय! पेन्सिलीच्या खुणांनी सर्व पुतळा केसांपासून पायाच्या बोटांच्या नखापर्यंत भरून गेला होता.

हा फार खट्टू झाला. उदासवाणा होऊन मित्राला म्हणाला, ''मी कधीच उत्तम शिल्पकार होणार नाही. मला काही येतच नाही!''

मित्र म्हणाला, ''अरे, उद्या पुन्हा प्रदर्शन करू. सूचना लिहू – जे आवडेल, तिथं पेन्सिलीनं खूण करा.''

शिल्पकारानं पुतळा स्वच्छ केला आणि पुन्हा दुसऱ्या दिवशी दालन उघडं ठेवलं. पुन्हा आणखी मर्मज्ञ बघायला आले. जे-जे आवडलं, तिथं त्यांनी खुणा केल्या.

संध्याकाळी सगळा पुतळा पुन्हा भरून गेलेला दिसला!

शिल्पकाराची खात्री झाली की, आपण चांगली कलाकृती निर्माण केली आहे.

आखेर समीक्षा ही पाण्यावरची अक्षरं असतात; पाषाणावरची नव्हेत.

जे सांगाल, ते सोप्या मराठीत सांगा. सोपं लिहिणं ही फार कठीण गोष्ट असते. शब्दही नेमके येऊ द्यात. तुकारामबुवांच्या गाथ्यात एक अभंगाची ओळ आहे –

'काय दिनकरा केला कोंबड्याने खरा'

हा खरा, म्हणजे खोटा-खऱ्यांतला नव्हे.

'खरा करणं' म्हणजे काय, हे घराचं बांधकाम करणाऱ्या खेड्यातल्या सुताराला, मेस्त्रीला विचारा. नव्या घरावर माळवद घालताना भिंतीवर आडवं खांड टाकलं की, वर चढून ठोकाठोकी करणारे कामगार खालच्या मेस्त्रीला विचारतात, "काय मेस्त्री, आता हे खांड खरं करायचं का?"

मेस्त्री ते रेघेत आहे का नाही, हे डोळ्यांनी बघतो.

"दोन विती पलीकडं घ्या," वगैरे सूचना देतो आणि खांड रेघेत आलं की म्हणतो, "हं, आता करा खरं!"

खरा करणं म्हणजे त्या जागी पक्का करणं. सूर्याला आभाळात पक्का केला आहे, तो काही कोंबड्यानं बांग देऊन नव्हे. मला वाटतं, तुकारामबुवांनी 'खरा' हा शब्द त्या अर्थी वापरला आहे.

तुमचं कुतूहल सतत जागं ठेवा. कसलीही कुंपणं घालून घेऊ नका. रूसो सांगतो की, 'माणसानं पहिल्यांदा कुंपणाची मेढी रोवली, तीच त्याच्या दुःखाची मुहूर्तमेढही होती!'

तुम्ही जर स्वतःच्या स्वप्नांना अनुसरत, आत्मविश्वास बाळगून पुढं-पुढं जात राहिलात आणि स्वतः कल्पिलेलं जीवन जगून पाहण्याची धडाडी दाखवलीत; तर नेहमीच्या सामान्य वाटणाऱ्या घटनांतसुद्धा तुम्हाला लोकविलक्षण श्रेयाची प्राप्ती झाल्यावाचून राहणार नाही.

'मळ्यास माझ्या कुंपण पडणे अगदी न मला साहे', असं ज्या आद्य क्रांतिकारक कवी केशवसुतांनी उंच आवाजात म्हटलं आहे आणि तुमच्या-माझ्यावतीनं साहित्यिकांचा जाहीरनामाच फडकवला आहे, त्यांच्या ओळीच आपण पुन्हा जाहीर करू या –

जिकडे जावे, तिकडे माझी भावंडे आहेत,
सर्वत्र खुणा माझ्या घरच्या मजला दिसताहेत;
कोठेही जा – पायांखाली तृणावृता भू दिसते,
कोठेही जा – डोईवरते दिसते नीलांबर ते;
सावलीत गोजिरी मुले,
उन्हात दिसती गोड फुले;
बघता मन हर्षून डुले;
ती माझी, मी त्यांचा – एकच ओघ आम्हातुनि वाहे!

■

१२

संकल्प : एक एकर पिकाचा

मित्रहो,

साहित्य अकादमीतर्फे होणाऱ्या 'लेखक आपल्या भेटीला' ह्या कार्यक्रमात निमंत्रित लेखकानं स्वतःबद्दल सांगावं, असा संकेत आहे. लेखक होण्याआधी त्यानं केलेली धडपड, त्याला मिळालेलं यश यांबद्दल आणि एकूणच त्याच्या लेखनप्रवासाबद्दल त्यानं श्रोत्यांशी बोलावं, अशी अपेक्षा आहे.

लेखक कोणत्या वातावरणात लहानाचा मोठा झाला, वयाच्या विसाव्या वर्षांपर्यंत त्यानं काय-काय भोगलं, काय पाहिलं, त्याच्या लेखनाचा झरा कुठपर्यंत जमिनीखालून वाहत राहिला आणि कुठं प्रकट झाला – हे महत्त्वाचं आहे, असं मला वाटतं.

तसा मी खेडूत आहे. पूर्वीच्या दक्षिण सातारा जिल्ह्यात, पंधराशे वस्तीच्या लहान खेड्यात मी जन्मलो आणि वयाच्या सोळा वर्षांपर्यंत ह्याच खेड्यात वाढलो.

हे खेडं लहानशा संस्थानातलं होतं. संस्थानचा राजा सुसंस्कृत आणि कलागुणांचा चाहता होता. स्वतः चित्रकार होता. हेन्री मूरच्या सुरुवातीच्या शिल्पांपैकी एक शिल्प ह्या राजाच्या शिल्प-चित्रसंग्रहात आजही आहे, ही एकच गोष्ट राजाच्या कलादृष्टीतलं प्रौढत्व सुचवते.

माझं गाव दुष्काळी मुलखात होतं. गरीब होतं. जीवनाच्या झगड्यात टिकून राहण्यासाठी जे उपजत शहाणपण लागतं; वाट्याला आलेल्या दुःखाचा बिनबोभाट स्वीकार करण्याची वृत्ती लागते, ती गावकऱ्यांपाशी होती. जीवनात तग धरून राहण्यासाठी थोडा-फार वेडेपणाही आवश्यक असतो. तोही त्यांच्या वागण्यात होता. देवाला कोंबडा देणं, आजारी माणसाला डागणं – ह्या गोष्टी होत. तोडगे केले

जात. भानामती होई.

मी ब्राह्मण कुटुंबात जन्मलो. घरात शेती होती, पण वडील शेतकरी नव्हते. संस्थानात नोकरदार होते. त्यांची नोकरी कारकुनाची होती. बदलीच्या गावी जावं लागे, पण मी आई-भावंडांजवळ आपल्या खेड्यातच असे. इथं शाळा मराठी चवथीपर्यंतच होती. सगळ्या इयत्तांना शिकवायला शिक्षक एकच होते.

ही ब्राह्मण आळी, ही कोष्टे गल्ली, असे विभाग गावात नव्हते. माझ्या घराला लागूनच पलीकडे रामोसवाडा होता. उजवीकडे शेतकऱ्यांची घरं होती. समोर कासार होता. मागे गावच्या पाटलाचा वाडा होता. माझे लहानपणचे सवंगडी सगळ्या जमातींतले होते. रामोशी, महार, यलमार, मुलाणी – यांच्याबरोबर मी ओढ्यातले मासे धरायला, रानातले होले मारायला, गुरं आणि शेरडं राखायला, डिंक आणि करंजीच्या बिया गोळा करायला, राघू पकडायला जात असे. मला घरातून विरोध झाला नाही. ही पोरं आपल्या जातीची नाहीत, त्यांच्यांत खेळू नकोस – असं कोणी म्हणालं नाही.

मी त्यांच्या संगतीतच पोहायला शिकलो, झाडावर चढायला शिकलो. रानातली झाडं, वनस्पती, त्यांचे औषधी गुण मला ह्या पोरांमुळं कळले. रामोशी जातीतल्या पोरांना शिकार केल्याशिवाय मांस खायला मिळत नाही. शिकारीचे धडे मी त्यांच्याकडनं हिंडून गिरवले. दहा-पंधरा हजार वर्षांपूर्वी आपण सगळे शिकारीच होतो, ही आठवण जागी ठेवण्यासाठी माझ्या खेड्यातले आणि आजूबाजूच्या खेड्यांतले लोक वर्षांतून एकदा बेंदूर ह्या सणाच्या दुसऱ्या दिवशी सामुदायिकरीत्या शिकारीवर जात. आमच्या भागात जंगलं नाहीत, कुरणं आहेत. लांडगा, हरणं, ससे, खोकड असली शिकार करून, ती वाजत-गाजत गावात आणणं, हा एक वार्षिक समारंभ असे. मी त्यात हौसेनं भाग घेई. माझा निसर्गाशी पहिला, जवळचा संबंध ह्या वार्षिक शिकारीतून आला.

गावची बरीच वस्ती लहान शेतकऱ्यांची, शेतमजुरांची होती. हे गाव यलमार लोकांचं होतं. हे लोक काही पिढ्यांपूर्वी परप्रांतातून महाराष्ट्रात आले असावेत, कारण त्यांची वस्ती फक्त आठ गावांतच होती. संख्येनं कमी असल्यामुळंच ते एकमेकांना धरून राहत असावेत.

गावात आधुनिक सुखसोई फार उशिरा आल्या. पिठाची गिरणी, वीज, बस, रेल्वे स्टेशन असल्या सोई नव्हत्या. घरोघरी पाण्याचे आड होते. पाणी पोहऱ्यानं शेंदून काढावं लागे. विहिरीवर कातड्याच्या मोटा असत. प्रवासासाठी बैलगाडी, घोडा किंवा स्वत:चे पाय वापरले जात. वाण्याचं दुकान गावात उशिरा आलं. धान्य किंवा वैरणीची पेंडी वाण्याला देऊन त्या बदली चहाची पूड किंवा हिंग मिळत असे. वस्तू खरीदण्यासाठी पैसेच पाहिजेत, असं नव्हतं. दुकान होण्याआधी काड्याची

पेटी दुर्मीळ होती. संध्याकाळी दिवा दुसऱ्याच्या घरी पेटलेल्या दिव्यावर लावून आणावा लागे. विस्तूसुद्धा शेजाऱ्याकडून आणत.

बैलांचा सण बेंदूर, होळी, रंगपंचमी, नागपंचमी, पाडवा, दसरा, दिवाळी ह्या सणांबरोबर मोहरमही दणक्यानं साजरा होई. कुणब्याची, वाण्या-बामणाची मुलंही आलाव्याभोवती 'धुला, धुला' म्हणून नाचत. रोट, मलिदा हा प्रसाद खात. सरबत पीत.

दोन वेळा कधी चुकवू नयेत – तोरणवेळ आणि मरणवेळ... अशी म्हण होती. गावात कोणाही घरून लग्न-समारंभाचं निमंत्रण आलं की, ते कोणी टाळत नसे. गावपांढरीत कोणाचंही मरण झालं की, उभा गाव जमत असे.

जातपात, स्पृश्य-अस्पृश्य ह्यांत दरी होतीच; पण ती भयाण रुंदीची नव्हती. एकमेकांना धरून राह्यलं, तरच जागी राहू, नाही तर वाहून जाऊ – ही जाणीव होती.

अशा वातावरणात मी वाढलो.

सुगीच्या दिवसांत भटके लोक गावाला येत. रोहिले, दरवेशी, डोंबारी, काशीकापडे, बाळसंतोष, नंदीवाले, वासुदेव, गोसावी, बहुरूपी, पोतराज, गोंधळी, माकडवाले, बेलदार – असे हे लोक असत. कोणी-कोणी गात, कोणी खेळ करत, कोणी हरिनाम घेत, कोणी तमाशे करून दाखवत, कोणी शेतकऱ्यांची कामं करत.

कुणाला मागतकरी म्हणून, कुणाला कामकरी म्हणून गावकरी काही ना काही देकार देत. कुणाला धान्य, कुणाला कपडे, कुणाला अन्न, कुणाला वैरण, कुणाला पेंडी. दरवेश्याच्या वाघाला जिवंत कोंबडा आणि अस्वलाला भरडलेल्या कण्यासुद्धा लोकांकडून मिळत. दिलं म्हणजे वाढतं, अशी श्रद्धा होती. कोणाच्याही गुऱ्हाळावर गेलं की, उसाचा गोड रस प्यायला मिळे. चार गाजरं, चार वांगी, चार रताळी मागितली; तरी ती भरण्याच्या शेतकऱ्याकडून मिळत. त्यांचं दाम दिलं जात नसे, का घेतलं जात नसे.

गुऱ्हाळावर बोलावून रस द्यावा, तशी लोकांनीच मला माझ्या लेखनाची भाषा दिली आहे.

ह्या वयात कुटुंबात मला माया मिळाली. त्यांनी मला माया दिली, शहाणपण दिलं आणि गोष्टी सांगण्याचा वसा दिला. श्रावण महिन्यात तळहातावर चार धान्यदाणे ठेवून माझी आई सुरेख कहाण्या सांगे – आदित्य-राणूबाईची कहाणी, शुक्रवारची कहाणी. रानात गुरं राखणाऱ्या रामाबरोबर कधी गेलो की, सावलीला बसून तो गोष्टी सांगे. चोरीचपाटीच्या, शिंदळकीच्या, मायेच्या. वडील कधी-कधी चकव्याच्या गोष्टी फार रंगवून सांगत. गावातल्या देवळात चाललेल्या हरिविजय-रामविजयसारख्या पोथ्या, अधूनमधून होणारी कीर्तनं, पोवाडे, जत्रेच्या रात्री पाहिलेले तमाशे, ऐकलेली ऐकिवे – ह्यांतून मी कथन-कसब कळत-नकळत उचललं.

लहान खेडेगावातलं राहणं, वडिलांच्या वारंवार होणाऱ्या बदल्या, फी, पुस्तकं-वह्या, अंगभर कपडे यांची वानवा ह्यांमुळं माझ्या शालेय शिक्षणाची आबाळ झाली. पण, वाचनानं आनंद मिळतो, ही जाणीव मला पहिल्यांदा पाठ्यपुस्तकातल्या धड्यांमधूनच झाली. 'वाहवा, वाहवा चेंडू हा, सुंदर कितितरी खचित अहा,' ही मिस मेरीची कविता आणि 'धट्टीकट्टी गरिबी आणि लुळीपांगळी श्रीमंती' हा धडा मला अजूनही आठवतो.

एका माणसाची मानवतेला देणगी असं म्हटलं जातं, त्या साहित्य-कला नावाच्या मोठ्या गोष्टीची ओळख नाकळत्या वयात आपल्याला शालेय पाठ्यपुस्तकांतूनच होते.

आपल्याला कवित्वाची स्फूर्ती केव्हा झाली, हे सांगताना तुकारामबुवांनीसुद्धा म्हटलं आहे,

काही पाठ केली संतांची उत्तरे,
विश्वास आदरे करोनिया
गाती पुढे त्यांचे धरावे धृपद,
भावे चित्त शुद्ध करोनिया....

माझा बालपणाचा काही काळ कुंडल ह्या गावी गेला. शेजारी तीन मैलांवर किर्लोस्करवाडी होती. किर्लोस्कर, स्त्री, मनोहर ही गाजलेली मासिकं किर्लोस्करवाडीला निघत. थोर-थोर वक्ते, लेखक, कवी, चित्रकार, नट, नाटक कंपन्या ह्यांचा राबता किर्लोस्करवाडीला असे. माझे वडीलबंधू ग. दि. माडगूळकर नुकतेच लिहायला लागले होते. काव्य, लेखन, वक्तृत्व, नाट्य ह्यांत त्यांना रस होता. आमच्या घरात कलांचं सुगंधी वारं त्यांच्यामुळं आलं. त्यांच्या आधी कोणी कलांकडं फिरकलं नव्हतं. ह्या काळात लेखन, वाचन, चित्रकला, नाट्य यांची ओळख मला झाली. गाईमागं वासरू जावं, तसा मी वडीलबंधूच्या मागं जात असे. हस्तलिखित मासिक काढण्यापासून नाटक लिहून बसविण्यापर्यंतचे छंद त्यांनी केले, आणि मी बाळडोळ्यांनी ते पाहिले.

औंध संस्थानात कलागुणांना प्रतिष्ठा होती. औंधाचा राजा स्वत: चित्रकार होता. कीर्तनकार होता.

वडिलांची बदली किन्हई ह्या निसर्गरम्य गावी झाल्यावर वयाच्या आठव्या-नवव्या वर्षी मी किन्हईच्या राजवाड्यात आणि राममंदिरात लावलेली राजघराण्यातील स्त्री-पुरुषांची मोठमोठी, भव्य श्रीमंत पोर्ट्रेट्स पाहिली. रविवर्मा, भरमाप्पा कोट्याळकर, भिवा सुतार ह्यांनी रंगवलेली तैलचित्रं पाहिली आणि आपण चित्रकार व्हावं, असं फार मनात आलं.

ह्या काळातच भाड्याच्या घरातल्या माळ्यावर घरमालकानं बंदोबस्तानं ठेवलेली मोठी लाकडी पेटी मला दिसली. तिला कुलूप होतं, पण मी ते फोडलं. आत पुस्तकांचा खजिना होता. हितोपदेश, पंचतंत्र, मोरोपंतांचं रामायण, हरिभाऊ आपटे, नाथमाधव, ना. वि. कुलकर्णी यांची बरीच लोकप्रिय पुस्तकं ह्या पेटीत होती. माळ्यावरच्या झरोक्याच्या उजेडात ती मी वाचली आणि वाचनात फार आनंद असतो, ही जाणीव मला झाली.

पुढं माझं वाचनाचं वेड वाढतच गेलं.

प्रत्येक चांगला नकलाकार हा संभाव्य नट असतो आणि प्रत्येक चांगला वाचक हा संभाव्य लेखक असतो. पण, आपण लेखक व्हावं, असं मला त्या वेळी वाटत नव्हतं. चित्रकार व्हावं, असं वाटत होतं.

चित्रकार होण्यासाठी मी बरीच खटपट केली. पण चित्रकलेसाठी रंग, ब्रश, कागद ही महागडी साधनं मला मिळण्यासारखी नव्हती. थोड्या साधनांनी करता येणाऱ्या रेखाचित्रांकडे मी वळलो आणि ते सतत, वर्षानुवर्षं करत राहिलो.

मला पेंटर व्हायचं होतं, पण मी लेखक झालो आणि वयाच्या एकविसाव्या वर्षी माणदेशातल्या माणसांची शब्दचित्रं रेखाटली – जशी किन्हईच्या राजवाड्यात मी राजेरजवाड्यांची पाहिली होती, तशी. रामोशी, महार, होलार, यलमार, दरवेशी अशा सामान्य लोकांची शब्दचित्रं रेखाटली. कारण की, तीच मला भावली होती. त्यांच्याबद्दल मला जवळीक होती. मी माझ्या घरातल्या माणसांचीही शब्दचित्रं रेखाटली. आजोबांचं, आजीचं, आईचं, काकांचं, माझ्या जुन्या वाड्याचं आणि 'पाव' नावाच्या वडिलोर्जित शेताचंही मला विस्मरण झालं नाही. गावातला पार, मारुतीचं देऊळ, प्राथमिक शाळा ह्या महत्त्वाच्या वास्तूही मला चिताराव्या वाटल्या. मला वाटतं – इथं मी लेखणीला कुंचला आणि कोऱ्या कागदाला कॅनव्हास केलं. पोर्ट्रेट्स आणि लॅन्डस्केप्स चितारली.

औंध संस्थानात कलागुणांना मोहर यावा, अशी हवा होती. राष्ट्रप्रेम जोपासलं जावं, असं पाणी होतं.

बेचाळीस साल उजाडलं. स्वातंत्र्यलढा सुरू झाला आणि सोळाव्या वर्षी शिक्षण, घरदार, गाव सगळं सोडून मी चळवळ्या लोकांच्या टोळीत सामील झालो. ही टोळी अनेक जाती-जमातींतल्या लोकांची होती. अनेक उद्योगांतले लोक एकत्र आले होते – शेतकरी, पहिलवान, दुकानदार, डॉक्टर, विद्यार्थी, शिंपी, धनगर.

ह्या काळात मी बराच पायी प्रवास केला. अधांतरी असणं म्हणजे काय, हे पायी चालल्याशिवाय कळत नाही. मागच्याच ठेच पुढच्यासही ठेचच, हे शहाणपण पायी चालणाऱ्यालाच येतं.

चळवळीत काम करताना मी पोलिसांच्या हाती दोन वेळा सापडलो आणि हाती-पायी धड असा सुटलो.

पुढं, चळवळीला पैसा हवा, म्हणून घातलेल्या मोठ्या दरोड्यात सामील झालो. गुन्हेगार म्हणून वावरलो. पोलिसांच्या छाप्यातून निसटलो. पळालो. डोक्यावर वॉरंट घेऊन तीन वर्षं भटकलो.

ह्या तीन वर्षांनी मला बरंच प्रौढ केलं. भीती, मरण, भूक, एकाकीपणा, मैत्र, बंधुभाव, धैर्य असल्या गोष्टींचं दर्शन मला झालं.

माझे अठरा सवंगडी पकडले गेले. त्यांना खूप छळ, मार सोसावा लागला. कुणाला पाच, कुणाला सात वर्षांच्या शिक्षा झाल्या. सगळे जेलमध्ये गेले. मी एकटा राहिलो.

माझ्या शिक्षणाची वाताहत झाली. सगळं शिक्षण रस्त्यावर घ्यावं लागलं.

देशाला स्वातंत्र्य मिळालं. सवंगडी सुटले. माझ्यावरचं वॉरंट काढून टाकण्यात आलं. एक पर्व संपलं.

पुढं जगणं सुरू झालं. मी मैलांच्या धोंड्यांवर नावं घातली. हॉटेलाच्या पाट्या रंगवल्या. लहान खेड्यात प्राथमिक शिक्षक म्हणून संस्थानी चाकरी केली. गाय राखली. स्वतःच्या शेतात पिकलेली ज्वारी तालुक्याच्या आठवडा बाजारात विकली.

वयाच्या एकविसाव्या वर्षी मी खेडं सोडून मुंबई ह्या महानगरीत आलो. 'माणदेशी माणसं' ह्या गोष्टी 'मौज' साप्ताहिकातून लिहिल्या. योगायोगानं चित्रपट-कथालेखक झालो. मुंबईतलं घाईगर्दीचं, धावपळीचं जीवन, चाळीतल्या एका खोलीतलं राहणं – ह्या गोष्टीला मी दोन-अडीच वर्षांतच विटलो आणि पुण्यात स्थायिक झालो.

मुंबईला मला फार मोलाचे असे मित्र मिळाले. लेखक, प्रकाशक, संपादक, कवी, समीक्षक, नट, दिग्दर्शक, चित्रकार असे हे मित्र होते. त्यांच्या सहवासामुळे मी शहाणा झालो. कळता झालो. माझी वाट मला दिसली. चित्रकार का लेखक, चित्रपटलेखन का साहित्यलेखन – ह्या द्वंद्वातून सुटलो.

पण निदान भारतातल्या लेखकाला तरी केवळ साहित्यलेखन करून चरितार्थ चालवता येत नाही; शेतकऱ्याप्रमाणं त्यालाही जोडधंदा करावा लागतो. आता काळ काहीसा बदलला आहे; पण माझ्या उमेदीच्या काळात साहित्यलेखनावर चरितार्थ चालवणं अशक्यच होतं.

मी सरकारी चाकरमान्या झालो. आकाशवाणीबरल्या ग्रामीण कार्यक्रमाचा संयोजक म्हणून पुणे आकाशवाणीवर मला नोकरी मिळाली. लेखकानं फॅक्टरीत नोकरी करण्यापेक्षा आकाशवाणीत करणं चांगलंच. कारण ह्या जागी ललित कलांचा वावर असतो. लेखक, गायक, वादक, शिक्षक, नट, वक्ते यांचा राबता असतो.

आकाशवाणीतल्या तीस वर्षांच्या नोकरीनं माझ्यावर काही प्रसंग गुदरले.

लिहिण्यासाठी तुम्ही केंद्रप्रमुखाची परवानगी घेतली पाहिजे, असं फर्मान निघालं.

वाघाला नखाचा परवाना काढावा लागत नाही, तसा लेखकाला लेखणीचाही काढावा लागत नाही. मी परवाना काढणार नाही; पाहिजे तर, नियमबाह्य वर्तन केल्याबद्दल माझ्यावर ॲक्शन घ्या, असं मी सांगितलं.

त्या काळी आकाशवाणीत शहाणे अधिकारी होते. त्यांनी मला काढून टाकलं नाही.

पुढं आणीबाणीच्या काळात मी राजीनामाही दिला होता; पण दरम्यान राज्यकर्ता पक्षच बदलला अन् माझा राजीनामा मंजूर झाला नाही.

चित्रकाराच्या कलाजीवनात असतात, असे कालखंड लेखकाच्या जीवनातही असता, असं मला वाटतं.

सुरुवातीला मी ग्रामजीवनाचा विशाल पट रंगवला. 'माणदेशी माणसं', 'गावाकडच्या गोष्टी', 'काळी आई', 'जांभळाचे दिवस' हे कथासंग्रह आणि 'बनगरवाडी', 'वावटळ'सारख्या कादंबऱ्या, 'तू वेडा कुंभार', हे नाटक... ग्रामजीवनाचा मातकट रंग दाखवितात. हा 'ब्राऊन पीरिअड' आहे.

पुढं मी स्वतःच्या घराभोवती प्रदक्षिणा घातल्या. 'घरदार', 'करुणाष्टक', 'कोवळे दिवस' ह्यांना 'पांढऱ्या मातीचा' रंग आहे.

ह्यानंतरचा रंग मात्र प्रामुख्यानं हिरवा आहे. मनुष्यवस्ती सोडून मी रानंवनं जवळ केली आहेत. 'रानमेवा', 'नागझिरा', 'जंगलांतले दिवस', 'सत्तांतर' ह्यांचा रंग हिरवा आहे, हा 'ग्रीन पीरिअड' आहे.

चित्रकार जसा विशिष्ट रंगानं झपाटला जातो, तसा लेखकही विशिष्ट परिसरानं झपाटला जात असावा.

ग्रामजीवनाविषयी लिहिता-लिहिता 'सती'सारख्या ऐतिहासिक काळातल्या नाटकाकडं मी का आणि कसा वळलो? व्यक्तिचित्रं, गोष्टी लिहिता-लिहिता नाटकाकडं का जावंसं वाटलं?

मी गोष्टी ऐकल्या होत्या, तसे खेळही पाहिले होते. होळीच्या निमित्तानं, जत्रांच्या निमित्तानं होणाऱ्या 'गमती' मी पाहिल्या होत्या. सोंगी भारूड, जागर, गोंधळ पाहिला होता. माझे वडील औंध संस्थानात कराधिकारी होते. किर्लोस्करवाडीच्या नाट्यगृहात होणाऱ्या नाटकांवरचा कर वसूल करण्यासाठी ते जात, तेव्हा मला बरोबर नेत. 'वऱ्हाडचा पाटील', 'म्युनिसिपालिटी', 'झाशीची राणी' असली नाटकं वयाच्या दहाव्या वर्षी मी तिथं पाहिली. ह्यांपैकी 'झाशीची राणी,' हे नाटक मला फार

आवडलं होतं.

व्यक्तिचित्रं, कथा लिहिता-लिहिता, आता बदल हवा, असं मला वाटलं. फॉर्ममध्ये बदल केला की, नवी आव्हानं मिळतात आणि पाठ जमिनीशी लागलेल्या भीमाप्रमाणं सर्व शक्तीनिशी आपण दुप्पट आवेशानं खडे होतो. मी नाटकाकडं वळलो. खेड्यात नव्यानं सुधारणा येतात; तेव्हा जुन्या मूल्यांची पडझड कशी होते, ह्याविषयी सांगणाऱ्या 'तू वेडा कुंभार' नाटकानंतर ऐतिहासिक वातावरणाकडे वळलो.

माझ्या खेड्यातच मी एक शापित कुटुंब पाहिलं होतं. ह्या घरातल्या पाच स्त्रिया विधवा होत्या आणि तीन पुरुष विधुर होते. अशा घरात एकुलता एक तरुण मुलगा होता. त्याची आई म्हणे – अरे, तू लग्न कर. ह्या घरात काकणांचा आवाज येऊ दे. पण, मुलगा संसाराविषयी उदास होता. त्याचं चित्त अध्यात्माकडं होतं. आईने फार भुणभुण लावली, तेव्हा त्यानं वधू म्हणून सगळ्यांनी पसंत केलेल्या मुलीशी लग्न केलं आणि तिच्याकडं ढुंकूनही न बघता, तो हृषीकेशच्या यात्रेला कोणाला न सांगता निघून गेला. दोन वर्षं त्याचा पत्ता नव्हता.

ही घटना मी प्रत्यक्ष पाहिली होती. पुढं 'स्त्रियांच्या कायद्याचा इतिहास,' ह्या पुस्तकात अठराव्या शतकातली एक दंतकथा वाचनात आली. चांगल्या घरातली मुलगी. लग्न झालं, तेही चांगल्या घराण्यातल्या तरुणाशी. पण दुर्दैवानं हा तरुण मरण पावला. विधवा झालेल्या सुनेला घरातून फार आग्रह झाला की, तू सती जा; दोन्ही घराण्यांचं नाव मोठं कर. ती तयार झाली. पण ऐन वेळी भयानं तिचा थरकाप झाला. अग्नीची धग सोसवेना. सतीच्या शिळेवरून ती पळाली आणि तिनं नदीच्या धोधाट प्रवाहात उडी घेतली.

एका ब्रिटिश सैनिकानं तिला वाचवली. तिच्याशी लग्न केलं. पण हे जोडपं फार काळ जगलं नाही. त्या दोघांच्या समाध्या सासवडच्या स्मशानात आहेत.

ही ऐतिहासिक दंतकथा आणि मी पाहिलेली सत्यकथा ह्यांचं मिश्रण होऊन, 'सती' नाटक कागदावर उतरलं आहे. त्यासाठी मी पेशवे दफ्तर आणि इतर ऐतिहासिक संदर्भ अर्थातच पाहिले. योगायोगानं मी प्रतिनिधींच्या राजवाड्यात, किन्हई गावी लहान वयात राहिलो आहे, आणि 'सती' नाटकाचं लेखनही मी एका संस्थानी राजवाड्यात राहून केलं आहे.

दक्षिण कोरियातील 'सेऊल'ला नाट्यमहोत्सवात ह्या नाटकाचा प्रयोग झाल्यावर प्रा. जोएल आदेदेजी, थिएटर आर्ट्स युनिव्हर्सिटी ऑफ इबादान, नायजेरिया हे गृहस्थ मला भेटले.

म्हणाले, "तुमचं नाटक मला आवडलं. त्याचं इंग्रजी भाषांतर आहे का?"

"नाही, पण 'फोल्डर'मध्ये थोडा इंग्रजी तर्जुमा आहे."

"तुम्ही स्वातंत्र्य मिळवलंत; पण तुमच्यावरचा 'कलोनिअल इंपॅक्ट' गेलेला

नाही, असं हे नाटक वाचून मला वाटलं.''

मी थोडासा चकितच झालो.

'सती'मध्ये कलोनिअल इंपॅक्ट काय आढळला?

तर प्रोफेसर म्हणाले, ''ह्या नाटकाची रचना 'वन अॅक्ट – वन सीन' अशी आहे. हा काही तुमचा भारतीय फॉर्म नव्हे.''

कलेतील देशीपण कसं पाहिलं जातं, याची चुणूक मला दिसली. खेळ, जागर, गोंधळ, सोंगी भारूड ह्यांतूनच मराठी नाटक उत्क्रांत व्हायला हवं होतं.

मी पाच-सहा नाटकं लिहिली. त्यात फार रमलो नाही. नाटक उभं करण्यासाठी अनेक हात लागतात. कथा किंवा कादंबरीला एक हात पुरा असतो.

गावी होणाऱ्या वार्षिक शिकारसणातून माझी शिकारीची आवड जोपासली गेली. रामोशी, फासेपारधी, वैदू यांच्याकडून मी वनविद्या शिकलो. आपण बलदंड शिकारी व्हावं, असंही मला वाटे. मी ऐन पंचविशीत पुण्याला आलो. समान आवडीचे लोक फार लवकर एकत्र जमतात; तसा एक नाही, मित्रमेळावा मला मिळाला आणि बंदूक पाठीशी टाकून मी रानंवनं हिंडलो. ओढे, तळी, डोंगर, झाडं, कुरणं, पक्षी, प्राणी यांच्याशी आला तसा घनिष्ठ संबंध पारधी, वैदू, लमाणी, कातकरी ह्या वन्य जाती-जमातींशी आला. शिकारीच्या नादात मी पुष्कळ हिंडलो. अरण्यात राहिलो. कातकरी, कोळी, पारधी असले लोक आपलं जीवन रानात आणि जंगलात घालवतात. ते निरागस आणि प्रसन्नचित्त असतात. निसर्गाचाच भाग बनतात. काही अपेक्षा ठेवून निसर्गाकडं जाणाऱ्या कवींनाही ही किमया प्राप्त होणं कठीण असतं.

दहा-बारा वर्षं शिकारी म्हणून रानांत हिंडल्यावर मी बंदूक टाकली. रानावनांत जाणं, मात्र अद्यापही टाकलेलं नाही. भारतातील बरीच अरण्यं मी पाहिली. काझिरंगा, मानस, पेरियार, भरतपूर, रणथंबोर, मेळघाट आणि चिल्का सरोवर. ताडोबा आणि नागझिरा.

नागझिरा अरण्यात अठ्ठ्याहत्तर सालच्या मे महिन्यात मी महिनाभर तळ्याच्या काठी असलेल्या झोपडीत राहिलो आणि वानरांच्या टोळ्या पाहिल्या. रेखाटनं केली. नोंदी केल्या. ह्या नोंदी करत असतानाच नोंदीच्या तुकड्यांतून, नोटबुकावर केलेल्या जलद रेखाटनांतून पुस्तकं जन्माला आलं – नागझिरा. ह्या पुस्तकात वानरं म्हणून एक स्वतंत्र प्रकरण आहे. सहसा पाहायला मिळत नाहीत, अशा वानरांच्या जवळ जवळ राहणाऱ्या दोन टोळ्या इथं मला बघायला मिळाल्या. त्यांच्यांतील भांडणं बघायला मिळाली. शिवाय मिश्र टोळीतून हाकून दिलेल्या नरवानरांची एक टोळीही नागझिराच्या तळ्याच्या पलीकडच्या नाल्यात मला आढळली.

ही माणसाच्या फार जवळची आहेत, असं वाटायला लावील, असंच वानरांचं सगळं वागणं होतं. नागझिराच्या निवांत मुक्कामात निरीक्षणाशिवाय मला दुसरा काही उद्योग नव्हता. वानरं पुष्कळ होती. बुजरी नव्हती. ह्या अरण्यात चितळं होती, रानडुकरं होती, गवे होते, रानकुत्री होती; ह्या सर्व प्राण्यांपेक्षा वानरं जास्ती होती. ती सहज दृष्टीला पडत. एखादी टोळी हेरून तिचा दिवसभराचा दिनक्रमही पाहता येई.

मी रानात केलेलं निरीक्षण, इतर अभ्यासकांनी भारतात वेळोवेळी केलेल्या निरीक्षणांवर आधारित ग्रंथांचं वाचन, कल्पकता यांचं मिश्रण होऊन त्यातून 'सत्तांतर' पुस्तक जन्माला आलं. माझ्या सर्व कादंबऱ्या दिवाळी अंकांतून प्रसिद्ध झाल्या आहेत. 'बनगरवाडी', 'करुणाष्टक', 'वावटळ', 'कोवळे दिवस,' ह्या कादंबऱ्यांप्रमाणं 'सत्तांतर'ही मी दिवाळी अंकासाठीच लिहिली आहे. दिवाळी अंकात प्रसिद्ध झालेल्या कादंबरीला चांगला वाचक मिळतो, पण कादंबरीच्या विस्ताराला मर्यादाही येते.

मी कथा लिहायला सुरुवात केली, त्याच काळात चित्रपट-कथालेखकही झालो. हा योगायोग आहे. आवड म्हणून मी कथा लिहित होतो आणि गरज म्हणून चित्रपट-कथा लिहीत होतो. प्रपंचासाठी पैसे मिळवणं आवश्यक होतं. ते कथा लिहून मिळत नव्हते. त्या मानानं चित्रपटासाठी कथा, पटकथा, संवाद लिहिले की, बरे पैसे मिळत. मी लिहिले, ते सर्वच चित्रपट गाजले नाहीत. काही गाजले. पंचवीस आठवडे चालला, तर त्या काळी चित्रपट चांगला चालला, असं म्हणत.

एके दिवशी माझ्या परिचयाचे निर्माते कादंबरी घेऊन आले. म्हणाले, "ही वाचा. ह्या कादंबरीवर आम्हाला चित्रपट काढायचा आहे."

मी कादंबरी वाचली. तिच्यात सनसनाटी प्रसंग बरेच होते. बलात्कार होता, घर पेटवणं होतं. आपण दोघं बहीण-भाऊ आहोत, हे माहीत नाही, अशा तरुण-तरुणीचं प्रेम होतं.

निर्माते परत भेटले, तेव्हा मी म्हणालो, "ह्यातून चांगला चित्रपट तयार करता येईल; तो मराठी प्रेक्षकांना आवडेल, असं वाटत नाही. फार भडक, बटबटीत आहे सगळं."

निर्माते म्हणाले, "तुम्ही छान-छान प्रसंग लिहा, संवाद लिहा. गाणी-लावण्या टाकू. चालणारं पिक्चर नक्की होईल. एखाद्या खवळलेल्या सामान्य बाईनं पुरुषाचा सूड घेतलेला पाहणं आवडतं प्रेक्षकांना. सूडकथा चालतात चांगल्या."

निर्मात्याचा अनुभव माझ्या अनुभवापेक्षा जास्ती होता. मी रोज संध्याकाळी पाच वाजेपर्यंत रेडिओची नोकरी करायचो आणि सहा ते नऊ असा स्टुडिओत जाऊन रोज पाच सीन्स लिहायचो. दिग्दर्शक बरोबर बसायचे. त्यांना वाचून दाखवायचो. त्यांनी

'छान' म्हणून मान हलवली की, त्या दिवशीचं काम संपायचं.

सात दिवसांत मी सगळं काम संपवलं. मिळाले ते पैसे खिशात घातले आणि राम-राम केला.

पुढं काही दिवसांनी तेव्हाच्या पद्धतीप्रमाणं कला दिग्दर्शक, दिग्दर्शक, कॅमेरामन, प्रमुख कलाकार यांच्यासमोर एक संपूर्ण वाचन केलं. काही भर घातली, काही काटछाट केली. माझं काम संपलं.

हा चित्रपट पुरा झाला. थिएटरला लागला. चालला. दहा आठवडे, पंचवीस आठवडे, पन्नास आठवडे, पंच्याहत्तर आठवडे. मग मात्र एक दिवस जाऊन मी पाहिला. वाईट नव्हता. चिक्कार गर्दी होती. लोक टाळ्या देत होते, हसत होते. ह्या चित्रपटाचं नाव : 'सांगत्ये ऐका.'

पुण्यातल्या एकाच चित्रपटगृहात 'सांगत्ये ऐका' सतत दोन वर्षं चालला. मराठी चित्रपटाचं उत्पन्नाचं रेकॉर्ड त्यानं मोडलं. मी असं ऐकून आहे की, ह्या चित्रपटानं त्या काळी म्हणजे एकोणसाठ साली नव्वद लाख रुपये कमावले.

मी निर्मात्यांना म्हणालो, ''चित्रपटासाठी कोणती कथा चांगली, हे लेखकाला मुळीच कळत नाही, ते तुम्हा लोकांना कळतं. तुम्ही थोर आहात.''

पंच्याहत्तराव्या आठवड्यांत मध्यांतरानंतर थिएटरमध्ये एक समारंभ झाला. माझे संपादकमित्र आणि त्यांचा लहान मुलगा माझ्याबरोबर आले होते. मध्यांतराच्या समारंभात मला बोलावून नेलं. अनेकांबरोबर माझ्याही गळ्यात हार पडला. वर येऊन मित्राशेजारी मी बसल्यावर, मित्राच्या मुलानं विचारलं, ''काका, तुम्हाला हार का घातला?''

मी म्हणालो, ''बाळ, मला माहीत नाही, का ते.''

ह्यानंतर निर्मात्यांनी निवडलेल्या कथांवर मी निमूटपणे चित्रपट लिहीत राहिलो.

असा हा चाळीस वर्षांचा लेखन-प्रवास आहे.

आता आयुष्याच्या संध्याकाळी मला काय लिहावंसं वाटतं? वाऱ्याबरोबर येणाऱ्या बीजाप्रमाणं अनेक लेखनकल्पना येऊन पावसाची वाट बघत मनात पडून असतात.

पुणे शहरापासून आठ-दहा किलोमीटर अंतरावर, मनुष्यवस्तीपासून लांब, टेकडीच्या पायथ्याशी माझं एक शेत आहे. झाडाझुडपांनी गर्द अशा ह्या रानात मी छोटीशी झोपडी बांधली आहे. इथं मी काही कायमचा रहिवासी नसतो. पोटभाडेकरू म्हणून इथं खारीचं कुटुंब राहतं.

त्यांचं घर माळ्यावर पालथ्या टाकलेल्या हाऱ्याखाली आहे. एक चपळ आई आणि तिची तीन नाचरी बाळं तूर्त तिथं राहतात.

अधूनमधून रानउंदीरही इथं पोरं घालतात. गुंडाळी करून कोपऱ्यात उभ्या ठेवलेल्या चटईत त्यांनी घरं केलेली असतात. बांधकामसाहित्य म्हणून चटई कुरतडून गवताचा भुसा वापरलेला असतो.

पावसाळ्यात 'बँडेड् रेसर' जातीचा एक बिनविषारी सापही माझ्या झोपडीत काही दिवस येऊन राहिला होता.

ह्या एक एकर रानात प्रत्येक भेटीत मला एक नवा चमत्कार दिसतो. इथं ससा, रानमांजर, इजाट, खारी, धामण असले प्राणी आहेत. लावे, तित्तिर, धनछडी, सुगरण, दयाळ, राघू असले कित्येक जातींचे पक्षी आहेत. रंगीबेरंगी कीटक आहेत. फुलपाखरं आहेत. सुंदर तुरे आणि इवली-इवली फुलं येणाऱ्या रानवनस्पती आहेत. उंबर, बोर, जांभूळ, पेरू, सीताफळ, डाळिंब, पपई, केळी असली फळझाडं... आंबा, निंब, वेळू, आवळा असले वृक्ष असल्यामुळं इथं अनेक पक्षी येत-जात असतात.

अलीकडं माझ्या मनात फार येतं की, आपण पुण्यातून उठून ह्या रानात वस्तीला जावं. निदान एक वर्षभर राहून उन्हाळा, हिवाळा, पावसाळा पाहावा. रेखाटनं करावीत. पक्ष्यांची, कीटकांची, फुलांची, फळांची, बेडकांची, चतुरांची. काही रेषांत, काही जलरंगांत. हा उभा एकर चित्रांत आणि शब्दांत सापडतो का, ते पाहावं.

सुख, समाधान, शांती मिळवायची; तर चार भिंतींबाहेरचं जीवन कामी येतं. जीवनाला साधेपणाचे लांबलचक धडपे जोडावे लागतात, असं तत्त्वज्ञ सांगतात; ते आपल्या किती आवाक्यातलं आहे, ते एकवार ताडून पाहावं अन् सगळ्या अनुभवांवर पुस्तक लिहावं : 'एक एकर पीक.'

■

(साहित्य अकादमीतर्फे १९८९मध्ये मुंबई येथे झालेल्या 'लेखक तुमच्या भेटीला' या कार्यक्रमाच्या निमित्ताने श्रोत्यांशी केलेला संवाद.)